சாதி இன்று

சி.லக்ஷ்மணன், ஸ்டாலின் ராஜாங்கம்
ஜெ.பாலசுப்பிரமணியம், அ.ஜெகநாதன், அன்புசெல்வம்

நீலம்

நீலம்

சாதி இன்று
அறிக்கை | சி.லக்ஷ்மணன், ஸ்டாலின் ராஜாங்கம்,
ஜெ.பாலசுப்பிரமணியம், அ.ஜெகநாதன், அன்புசெல்வம்
மறுவெளியீடு : செப்டம்பர் 2022 | குறும்பதிப்பு : அக்டோபர் 2023
வெளியீடு : நீலம் பப்ளிகேஷன்ஸ், முதல் தளம், திரு காம்ப்ளக்ஸ்,
மிடில்டன் தெரு, எழும்பூர், சென்னை – 600008.
அட்டை ஓவியம் : வெங்கடேஷ்
நூல் வடிவமைப்பு : சிவராஜ் பாரதி
அட்டை வடிவமைப்பு : சிவராஜ் பாரதி
விலை ரூ.125.00

Saathi Indru
C.Lakshmanan, Stalin Rajangam, J.Balasubramaniam, A.Jeganathan, Anbuselvam
RePrint : September 2022 | Short Edition : October 2023
Published By NEELAM PUBLICATIONS, 1st floor, Thiru Complex,
Middleton street, Egmore, Chennai - 600008
Cover Art : Venkatesh
Printed at Sudarsan Graphics Pvt, Chennai - 600041

Email : editor@neelampublications.com
Mobile : +91 98945 25815
INR : 125
ISBN : 978-93-94591-03-5

Neelam Monthly Magazine & Subscription - www.theneelam.com
Neelam Online Store - www.neelambooks.com

எல்லோரையும் போல வாழ விரும்பிய காரணத்தாலேயே
சமகால சாதி மாச்சரியத்தால் கொல்லப்பட்ட
தருமபுரி **இளவரசன்** நினைவுக்கு...

நன்றி

'சாதி இன்று' அறிக்கை நவம்பர் 2013இல் தலித் செயல்பாட்டுக்கான சிந்தனையாளர் வட்டம் சார்பில் வெளியிடப்பட்டது. இரண்டாவது பதிப்பை நீலம் வெளியிடுகிறது. இப்பதிப்பில் எத்தகைய மாற்றத்தையும் நாங்கள் மேற்கொள்ளவில்லை. முதல் பதிப்பு வெளிவந்த கணத்தில் 'சாதி இன்று' அறிக்கை விமர்சகர்களால் கடுமையாக விமர்சிக்கப்பட்டது. கணிசமான மதிப்புரைகள் இவ்வறிக்கைக்கு வந்தன. அனைத்து மதிப்புரைகளும் எதிர்மறை அம்சத்தை வெளிப்படுத்தின. அதேவளையில் தலித் வாசகர் பரப்பு இவ்வறிக்கையை வரவேற்றுக் கொண்டாடின. 'சாதி இன்று' அறிக்கையை விமர்சித்த அறிஞர்கள், மதிப்புரைகளை வெளியிட்ட பத்திரிகைகள் அனைத்திற்கும் நன்றி.

இந்த அறிக்கை உருவாக்கத்திற்கான இரண்டு கட்ட விவாதங்கள் சென்னையில் 2013ஆம் ஆண்டு நடைபெற்றன. சென்னையில் நாங்கள் தங்கி விவாதிப்பதற்கு ஏற்பாடு செய்த சிவானந்தம், முதல் வெளியீட்டை வெளியிட நிதியுதவி செய்த நண்பர்கள், இரண்டாவது பதிப்பை வெளியிடும் நீலம் பதிப்பகத்தின் பொறுப்பாசிரியர் வாசுகி பாஸ்கர், பிழை திருத்தம் செய்த இலஞ்சி அ.கண்ணன், பச்சோந்தி, நூல் வடிவமைப்பு செய்த சிவராஜ் பாரதி ஆகியோருக்கு நன்றி.

பொருளடக்கம்

ஏன் இந்த அறிக்கை?	9
1. அறிமுகம்	15
2. சாதிகளின் தோற்றம்	17
3. சாதிகளின் உருவாக்கத்திற்குக் காலனியத்தின் பங்களிப்பு	28
4. நவீனத் தமிழ் அரசியல் உருவாக்கமும் சாதிகளின் எழுச்சியும்	49
5. இடஒதுக்கீடும் சாதிகளின் மீள் கட்டுமானமும்	77
6. சாதியும் தீண்டாமையும்	86
7. சாதிகளின் இன்றைய உருநிலை	91
8. தொகுப்புரை	108
அறிக்கையாளர் குறிப்புகள்	111

ஏன் இந்த அறிக்கை?

2012, நவம்பர் 7ஆம் நாள் தருமபுரியில் நத்தம் காலனி, அண்ணா நகர், கொண்டம்பட்டி ஆகிய கிராமங்களில் தலித் குடியிருப்புகள் முற்றிலுமாக வன்முறைக்கு இலக்காக்கப்பட்டன. வன்னியர் சாதிப் பெண்ணும் தலித் ஆணும் காதலித்துத் திருமணம் செய்துகொண்டதற்கு எதிராக வன்னியர் சங்கமான பாட்டாளி மக்கள் கட்சி முன்னின்று இந்த வன்முறையை நடத்தியது. "வன்னியர் பெண்களைப் பிற சாதியினர் மணந்தால் வெட்டுங்கள்" என்று இவ்வன்முறைக்குச் சில மாதங்கள் முன்பு நடந்த வன்னியர் சங்க மாநாட்டில் வன்னியர் சங்கத் தலைவர் காடுவெட்டி குரு பேசிய பேச்சே இதற்கு உந்துதலாக அமைந்திருந்தது. இத்தகு வன்முறைக்குப் பிறகு பாட்டாளி மக்கள் கட்சி மிக வெளிப்படையாக அதை நியாயப்படுத்தவும் செய்தது. வன்முறைக்கு இத்தனை வெளிப்படையாக ஓர் அரசியல் கட்சி பேசியதென்பது தமிழகத்தில் இது முதல்முறை அல்ல. இதற்கு முன்னர் முதுகுளத்தூர் கலவரம் (1957) நடந்த தருணத்தில் இதே நிலைப்பாட்டை உ.முத்துராமலிங்கமும் மேற்கொண்டார். தொடர்ந்து, தலித் கட்சி ஒன்றைச் சாக்காய்க் காட்டி தலித்துகளுக்கு எதிரான வெறுப்பைப் பேச்சாகவும் செயலாகவும் கட்டமைக்க பா.ம.க முயன்றது. சமூக மாற்றத்தின் வளர்ச்சிப் போக்கில் தலித்துகளிடம் உருவாகிவரும் விழிப்புணர்ச்சியால் தங்களுடைய சாதி அதிகாரம் கை நழுவிப் போயிருப்பதாகக் கருதிக்கொண்டிருக்கும் பல்வேறு ஆதிக்கச் சாதிகளையும் ஒன்றிணைத்து 'தலித் அல்லாதோர் கூட்டமைப்பு' என்ற பெயரில் அமைப்பொன்றை உருவாக்கித் தமிழகமெங்கும்

அக்கட்சி கூட்டங்களை நடத்தியது. வன்னியர் இளைஞர் மாநாட்டை ஒட்டி மரக்காணம் வன்முறையும் அதன் தொடர்ச்சியாகவே (ஏப்ரல் 2013) நடத்தப்பட்டது. கடைசியாகத் தருமபுரி வன்முறைக்குக் காரணமாய்ச் சொல்லப்பட்ட காதல் திருமண இணைகளைப் பிரித்து, அதில் தலித்தாகிய இளவரசன் பலி கொள்ளப்படவும் பா.ம.க காரணமானது. ஆனால், இத்தகைய சம்பவங்கள் தமிழகத்தின் அரசியல் தளத்தில் பெயரளவிலான எதிர்ப்புணர்வுகளைத் தாண்டி, சமூக, அரசியல் பார்வையில் எந்தவொரு தாக்கத்தையும் மாற்றத்தையும் ஏற்படுத்தவில்லை.

தமிழகத்தில் தற்போது உருவாகியிருப்பது புதிய சாதியவாதம். 20ஆம் நூற்றாண்டின் ஆரம்பத்தில் பிராமணர்களின் அதிகாரச் செல்வாக்கை எதிர்த்து பிராமணர் அல்லாதார் அமைப்பு தொடங்கப்பட்ட தமிழகத்தில், 21ஆம் நூற்றாண்டின் தொடக்கத்தில் தலித்துகளின் விழிப்புணர்வுக்கு எதிராகத் தலித் அல்லாதோர் கூட்டமைப்பு தொடங்கப்பட்டிருக்கிறது. எனில், இந்த ஒரு நூற்றாண்டு அளவில் நடந்துவந்த, பேசப்பட்ட சமூக, அரசியல், பொருளியல் மாற்றங்கள் எத்தகையது என்பது ஆய்வு செய்யப்பட வேண்டும். பிராமணர்களால் வஞ்சிக்கப்பட்டதாகக் கூறி சமூகநீதி கோரிவரும் சாதிகளே எப்போதும் தலித்துகளுக்கு எதிரான வெறுப்பைக் கொண்டிருக்கின்றன. தலித்துகளை ஒடுக்குகிற, தொடர்ந்து ஒடுக்கியே வைக்க விரும்புகிற சாதிகளே தலித் அல்லாதோர் கூட்டமைப்பில் இடம்பெற்றிருக்கின்றன. இச்சாதியினர் பெரும்பாலும் பிராமணரல்லாத சாதி இந்துக்களே ஆவர். இச்சாதிகள் எவையும் வரலாற்று ரீதியாகத் தலித்துகளால் ஒடுக்கப்பட்டவையல்ல. அதற்கான சமூக, அரசியல், பொருளியல், பண்பாட்டு அதிகாரம் தலித்துகளிடம் இல்லை என்பதை விளக்கத் தேவையில்லை. மாறாக, சாதி இந்துக்களே தலித்துகளை ஒடுக்கி வருகின்றனர் என்பதே எதார்த்தம். பொதுவாகப் பல்வேறு சமூக மாற்றக் காரணிகளால் தலித்துகளிடம் வாழ்வியல் மாற்றங்களும் அரசியல் விழிப்புணர்ச்சியும் ஏற்பட்டிருக்கின்றன. இந்நிலையில் தலித்துகளைக் கடந்த காலம் போல அடங்கி நடப்பவர்களாக இருத்த முடியாதது மட்டுமல்ல, அதற்கு எதிராகச் சட்டத்திற்கு உள்ளேயும் வெளியேயும் போராடுகிறவர்களாக மாறியிருப்பதையும் சாதி இந்துக்கள் எதிர்கொள்கின்றனர். எனவே, தங்களுடைய அதிகாரம் நிலைப்பெறத்தக்க வகையில், சுய சாதி மரபுகளைக் காப்பதில் இறுக்கம் பேணுபவர்களாகவும் அதை எதிர்ப்பது அல்லது தலையீடு செய்வது முதலான செயல்பாடுகளைக் கடும்வன்முறையோடு

தடுத்தழிப்பவர்களாகவும் மாறியுள்ளனர். தற்போதைய தலித் வெறுப்புப் பேச்சுகளும் தாக்குதல்களும் இவ்வகைப்பட்டவையாகும். இன்றைய புதிய சாதியவாதத்தின் அரசியல் அடிப்படையானது எண்ணிக்கை பெரும்பான்மைவாதத்தைச் சார்ந்தது. தமிழகத்தில் எண்ணிக்கை பெரும்பான்மை அரசியல் என்பது சாதி இந்துக்களின் பெரும்பான்மையாக உள்ளது. இதன் வேர் பிராமணரல்லாதார் அரசியல் கருத்தாக்கத்தில் அடங்கியுள்ளது. பிராமணரல்லாதார் அரசியலின் வளர்ச்சிப் போக்கில் எழுச்சிபெற்ற கருத்தியல் வடிவமே இது. இந்நிலையில் இன்றைய சாதியவாதத்தைப் புரிந்து கொள்வதற்கான ஆய்வோ உபகரணங்களோ நம்மிடம் இல்லாமல் இருப்பதைப் பார்க்கிறோம். புதிய சாதியவாதத்தைப் புரிந்து கொள்வதற்குப் புதிய மாற்றங்களைக் கணக்கில் எடுத்துக்கொண்ட புதிய எடுகோள்கள் இல்லாமல், பழைய சட்டகத்தின் மூலமாக மட்டுமே விளக்குவதற்கான முயற்சிகள் நடந்துவருகின்றன. இதுமட்டுமல்லாமல், பழைய சட்டகத்தை மாற்றத்திற்கு உட்படுத்தாமல் தக்கவைப்பதன் வாயிலாக இன்றைய நிலையைப் புரிந்துகொண்டுவிட்டதாகப் பாவனை செய்யப்படுகிறது. ஆனால், நிலைமையில் எத்தகு மாற்றமும் ஏற்படவில்லை. நிலைமை அத்துணை சுலபமுமல்ல.

தருமபுரி வன்முறைக்குப் பிறகு தலித்துகளுக்கு ஆதரவாகவும் பா.ம.க.வுக்கு எதிராகவும் பல்வேறு சக்திகள் பேச, எழுத முன்வந்துள்ளன. அவர்களின் ஆதரவு வரவேற்கத்தக்கதே. ஆனால், அப்பேச்சுகள் யாவும் இன்றைய போக்கை பா.ம.க. என்கிற கட்சித் தலைவரின் செயல்பாடாகக் காட்டி விமர்சிப்பதோடு நின்று கொள்கின்றன. ஆதிக்கப் பசியும் தலித் வெறுப்பும் தமிழகத்தின் பல்வேறு சாதிகளின் உணர்வாக இருந்து, தலித்துகளை அன்றாடம் வன்முறைக்கு ஆளாக்கி வருகின்றன என்பதையோ எண்ணிக்கை பெரும்பான்மைவாதம் போன்ற அம்சங்கள் சனநாயகத்திற்கு அச்சுறுத்தலாக மாறியிருப்பதையோ விரிவான பின்புலத்தில் வைத்து விவாதிக்க மறுத்து, ஒவ்வொன்றையும் தனித்தனியானவையாகப் பார்த்துக் கண்டனம் செய்வதோடு நின்று போகின்றன. கட்சிகள் என்ற வகையில் தலித் அமைப்புகள் தங்களுடைய நாடாளுமன்றத் தேர்தல் பிரதிநிதித்துவச் சட்டகத்திற்குள் நின்று சில பதிவுகளை உண்டாக்கிவிட்டுக் கலைகின்றன. இதுபோன்ற நிலையில் ஒரு கண்டன அறிக்கை அல்லது தலித் அமைப்புகளின் மேடையில் தோன்றி மறைவது என்பதாகவே பிற கட்சிகளின் ஈடுபாடு இருக்கிறது. ஓரளவு ஆறுதல் தரத்தக்க ஈடுபாடு இடதுசாரி அமைப்புகளிடம்

இருக்கிறது. எனினும், அவற்றின் பயணமும் நடைமுறை சார்ந்ததாக இருக்கிறதே ஒழிய, சமூக மறுஆய்வுக் கண்ணோட்டத்தோடு பெரும்பாலும் அமைந்திருக்கவில்லை.

இந்நிலையில், உடனடியான அரசியல் தேவைகளுக்கு அப்பாற்பட்டு, சமூக இயங்குதலை இனங்காண்பதும் மறு ஆய்வு செய்து சூழலின் போக்கை எடுத்துக்காட்ட வேண்டியதும் அறிவுஜீவிகளின் பொறுப்பு என்று நாங்கள் கருதுகிறோம். பெரும்பான்மை மனநிலையின் விருப்பு, வெறுப்பைக் கருத்தில் கொள்ளாமல், உண்மையைப் பேசும் சவாலான பணி அவர்களுக்கு இருக்கிறது. ஆனால், தமிழ் அறிவுச் சூழல் இதுபோன்ற தருணத்தில் அரசியல்வாதிகளின் கருத்துகளிலிருந்து பெரிய அளவில் விலகாமல் இருப்பது வியப்பிற்குரியதாகும்.

அரசியல் தலைவர்களின் கருத்தைச் சற்றே அறிவுஜீவித மொழியில் பேசுவதாகவே அறிவுஜீவிகளின் எதிர்வினைகள் அமைந்திருக்கின்றன. இதற்கான அடிப்படைக் காரணம் சாதிப் பிரச்சனையைப் புரிந்துகொள்வதற்காகக் கற்றுத்தரப்பட்டிருக்கும் பிராமணர் x பிராமணரல்லாதார் என்ற பழைய சட்டகமேயாகும். அதனால்தான் தர்மபுரி வன்முறை குறித்துப் பேச வரும்போது அவற்றை எவ்வாறு விளக்குவதென்று தெரியாமல், ராமதாஸ் போன்றோரின் தனித்த பிரச்சினையாகப் பார்த்துக் கண்டனம் தெரிவிப்பதோடு நின்றுகொள்ளும் நிலை இருக்கிறது. மேற்கண்ட இரட்டை எதிர்வைத் தாண்டி சாதியமைப்பில் பல்வேறு மாற்றங்கள் நடந்திருக்கின்றன. ஆனால், இத்தகைய மாற்றங்கள் ஆய்வுக்கு எடுத்துக்கொள்ளப்படாமல் இருக்கின்றன. பலருக்கு இந்த உண்மை தெரிந்திருந்தபோதிலும் பல்வேறு துறைகளில் செல்வாக்குப் பெற்றிருக்கும் சாதிப் பெரும்பான்மை வாதத்திற்கும், அதனால் உருவாகும் பலன், அங்கீகாரம் ஆகியவற்றுக்காகவும் பேச மறுக்கின்றனர். இங்கு சாதியை மறுத்துப் பேசுவதும் தலித்துகள் பாதிக்கப்படாமல் பொத்தாம் பொதுவாக ஆதரவாகப் பேசுவதும் மட்டுமே சாதி எதிர்ப்பாகக் கருதப்பட்டுவருகிறது. மாறாக, தலித்துகளை ஒடுக்கும் சமூக, அரசியல், பொருளாதார மற்றும் பண்பாட்டுப் பின்னணி பற்றியோ அதில் நடந்துவந்திருக்கும் மாற்றங்கள் குறித்தோ பேசுவதில்லை. இங்கே பேசப்பட்டுவரும் தலித் ஆதரவு என்பதே ஒருவகையில் பிராமணர், பிராமணர் அல்லாதார் எனும் சட்டகத்தைத் தக்கவைத்துக்கொள்வதற்கான கேடயமாக இருந்துவருகிறது என்பதே உண்மை. இதுபோன்ற

நிலையில்தான் இப்புதிய சாதியவாதம் குறித்த பார்வைகள் எழாமல் இருக்கின்றன.

இந்நிலையில்தான் இன்றைய சாதியவாதம் பற்றியும் எண்ணிக்கை பெரும்பான்மைவாதம் குறித்தும் ஒத்த கருத்துகளைப் பகிர்ந்துவரும் நண்பர்களாகிய நாங்கள் தருமபுரி வன்முறைக்குப் பின்னர் பல்வேறு கட்டங்களில் உரையாடி இந்தக் கூட்டறிக்கையைத் தயாரித்திருக்கிறோம். தலித்துகளுக்கு எதிராகப் பெருகிவரும் வன்முறைகளும் வெறுப்புப் பேச்சுகளும் உடனடியானவை அல்ல. சாதியமைப்பில் ஏற்பட்டு வந்திருக்கும் மாற்றங்கள், அவற்றினூடாக உருவாகியிருக்கும் அதிகாரம், அது சார்ந்து உருவாகிவரும் முரண்பாடுகள் ஆகியவற்றின் விளைவுகளே தலித் எதிர்ப்புணர்வு என்பதை நாங்கள் தீவிரமாக உணர்கிறோம். ஆனால், சாதி, மத நம்பிக்கைக்கு இணையானதாகச் சாதி ஒழிப்பு என்ற கருத்தியலும் மாற்றத்திற்குள்ளாகாமல் காப்பாற்றப்பட்டு வருகிறது. அத்தகைய கருத்தியல்களில், நம்பிக்கைகளில் கேள்வி எழுப்புகிறவர்கள் மீது எத்தகைய ஆதாரமும் இல்லாமல் முத்திரை குத்துவது, உள்நோக்கம் கற்பிப்பது என்பதான ஆக்கினைகளே ஏவப்படுகின்றன. இத்தகைய புதிய கேள்விகளைப் படித்து, அவற்றினைக் கருத்துச் சார்ந்து எதிர்கொள்வது, விவாதிப்பது என்கிற போக்குகளே அற்றுப்போய் இருக்கின்றன. அத்தகைய சவாலான நிலையினை உணர்ந்தே இந்தச் சிக்கலான தருணத்தில் நாங்கள் இந்த அறிக்கையை முன்வைக்கிறோம். இந்த அறிக்கை முற்றிலுமாக நிராகரிக்கப்பட்டாலும் கூடப் பிரச்சனையில்லை. ஆனால், அத்தகைய நிராகரிப்புக் கருத்தியல் தரவுகள் மற்றும் விவாதம் சார்ந்ததாக இருக்க வேண்டும் என்பதே எங்களின் எதிர்பார்ப்பு. சாதி, இந்திய அளவிலானது என்றாலும் இவ்வறிக்கை பெரும்பாலும் தமிழ்ப் பகுதி சார்ந்ததாகவே அமைந்திருக்கிறது. ஆய்வுக்கான இறுக்கம் கொண்ட பல்வேறு ஆய்வுப் புலங்களிலிருந்து திரட்டப்பட்ட கருத்துகளை உள்வாங்கி ஓர் அறிக்கை வடிவில் தயாரிக்கப்பட்டுள்ளது. சாதி இயங்குவதற்கான சமூக உளவியல், சமூக அகக்கட்டுமானம் குறித்தெல்லாம் அறிந்திருந்தாலும், இவ்வறிக்கையில் புறவயக் கூறுகளே அதிகம் பேசப்பட்டுள்ளன. இவற்றின் ஊடாகக் கட்டமைக்கப்படும், உறுதிப்படுத்தப்படும் சாதிய உளவியலும் இனம் காணப்பட்டுள்ளது.

இன்றைய சாதி அமைப்பின் இயங்குநிலையை, எதார்த்தத்தைப் புரிந்துகொள்வதன் மூலமே அதனை எதிர்கொள்ள முடியும்

என்கிற விதத்தில் தலித் ஒடுக்குமுறை, சாதி ஒழிப்பிற்கான திட்டம் என்றெல்லாம் அமையாமல், முழுக்கச் சாதியின் பரிணாமங்களைப் பேசுவதாக மட்டுமே இந்த அறிக்கை அமைந்திருக்கிறது. அந்த வகையில் அம்பேத்கரின் சாதி ஒழிப்புக் கண்ணோட்டத்தை உள்வாங்கி, இன்றுவரையிலான சாதியின் பரிணாமத்தை விளக்க முயற்சிக்கப்பட்டுள்ளது. சாதிகளின் இன்றைய பரிணாமம் கடந்த காலத்தின் தொடர்ச்சியே என்கிற விதத்தில் தமிழ்ப் பகுதியில் சாதிகள் செயல்பட்டுவந்த விதம் குறித்து அதிகப் பக்கங்களில் பேசப்பட்டுள்ளன. இன்றைய சாதியம் குறித்தான விமர்சனக் கருத்தியல் ஒன்றை உருவாக்க வேண்டும் என்பதே இதன் நோக்கம். இந்த அறிக்கையில் இதுவரை சாதி குறித்துப் பேசப்பட்டுவந்த பல கருத்துகளை முற்றிலுமாகக் கைவிட்டிருக்கிறோம்; சிலவற்றை அப்படியே கைக்கொண்டுள்ளதோடு மட்டுமல்லாது வளர்த்தெடுத்திருக்கிறோம்; பலவற்றை புதிதாக முன்வைத்திருக்கிறோம். அறிக்கையின் நிறையும் குறையும் விவாதத்தின் வழி செழுமைப்படத்தக்கது என்கிற விதத்தில் விவாதத்திற்காகவும் விமர்சனத்திற்காகவும் இதை முன்வைக்கிறோம். அதைப் போன்று இவ்வறிக்கையின் வாதங்களை வலுப்படுத்தும் கருத்துகளையும் எதிர்பார்க்கிறோம். இன்றைய புதிய சாதியவாத அரசியல் குறித்து நிலவிவரும் மௌனத்தைக் கலைக்கும் விதத்தில் இந்த அறிக்கையை முன்வைக்கிறோம்.

நன்றி.

தலித் செயல்பாட்டிற்கான சிந்தனையாளர் வட்டம்,
தமிழ்நாடு - புதுச்சேரி.
(Intellectual Circle for Dalit Action (ICDA), Tamil Nadu – Puducherry)

அறிமுகம்

"**எ**ன்னைவிட அறிவாற்றலும் எழுத்தாற்றலும் மிக்க பலர் சாதிகள் பற்றிய புதிர்களை விடுவிப்பதற்கு முயன்றுள்ளனர். ஆனால், அது துரதிர்ஷ்டவசமாக விளங்கிக்கொள்ள முடியாததாக இருந்துவருவதோடு, விடுவிக்கப்படாததாகவே இருந்துவருகின்றது" என்று அம்பேத்கரால் குறிப்பிடப்பட்ட சாதி முறையின் பரிமாணங்களையும் உரு நிலைகளையும், இன்றைய சூழல்களைக் கணக்கில் எடுத்துக்கொண்டு, இந்த அறிக்கை விவாதிக்க முயற்சிக்கிறது.

சாதியமைப்பின் சமகால இயங்குமுறையை மட்டும் கணக்கில் கொண்டு, அதன் கடந்தகால நிலைகளைக் கணக்கில் கொள்ளாமல் இருப்பதோ அல்லது கடந்தகால அம்சங்களை மட்டுமே பேசிவிட்டு, அண்மையப் பரிணாமங்களைப் புறக்கணித்துவிடுவதோ, சாதியைப் பற்றிய முழுமையான புரிதலை ஏற்படுத்தாது என்பதால், அதன் மொத்தப் பரிமாணத்தையும் கணக்கில் கொண்டே சாதியை மதிப்பிட வேண்டும் என்பதே இந்த அறிக்கையின் நோக்கமாகும்.

சாதியமைப்பு தோன்றியது முதல் இன்றுவரையிலும் ஒரே மாதிரியானதாக இருக்கவில்லை. காலம், இடம், சூழல் மற்றும் சாதிகளின் கூறுகளுக்கேற்பச் சாதி தன்னைத் தகவமைத்துக் கொண்டேவந்திருக்கிறது. காலனிய காலத்திற்குப் பின்னாலும் இந்திய அரசியல் சாசன இடஒதுக்கீட்டு அமலாக்கத்திற்குப் பின்பும் சாதிகள் பிரிக்கப்பட்டும் இணைக்கப்பட்டும் செயல்படுத்தப்பட்டுவரும் அமைப்பையே நாம் சாதியமைப்பின் முழுமையாகப் புரிந்துகொண்டிருக்கிறோம்.

பத்தாண்டுகளுக்கு முன்பு தமிழில் தலித் அரசியல் குறித்து எழுதப்பட்ட அறிக்கைகள் சிலவற்றில் தமிழ்ப் பகுதி சார்ந்து சாதியின் தோற்றம், அதன் இன்றைய நாள் வரையிலான போக்கு குறித்தான எத்தகைய குறிப்பும் இருந்திருக்கவில்லை. சாதியைப் பற்றிப் பேச முற்படும் யாரும் அதன் சமகாலக் கொடூரங்களைப் பற்றிப் பேசுவதாலும், கவலைப்படுவதாலும் அதைக் கவனத்தில் கொண்டுவிட்டதாகக் கருதுகிறார்கள். மற்றொருபுறம், தலித்துகள் பற்றியும் இடஒதுக்கீடு குறித்தும் ஆதரித்துப் பேசுவதையே சாதிக்கு எதிராகப் பேசுவதாகக் கருதுகின்றனர். சாதி என்பது தலித்துகளின் பிரச்சனை மட்டுமல்ல, அது சமூகப் பிரச்சனை. அது ஒரு சமூக அமைப்பாக நிலைபெற்றுள்ளது. எனவே, அதன் முழுமையை ஆராய்ந்து, அதற்கெதிரான சொல்லாடலைக் கட்டமைக்க வேண்டும். சாதியின் பலன்களை ஏதாவது ஒரு குறிப்பிட்ட சாதிக்குரியதாக மட்டும் காட்டிவிட்டு, மற்ற சாதிகள் மறைந்துகொள்வதோ, தன்னைத் தற்காத்துக்கொள்வதோ இயங்கியல் விதியாக அல்லது சமூக உண்மையாக இருக்க முடியாது. இந்நிலையில் சாதியை நாம் இன்னும் விரிவாக ஆராயவும் புரிந்துகொள்ளவும் வேண்டியிருக்கிறது.

சாதிகளின் தோற்றம்

சாதிகளின் தோற்றத்தை விளக்கப்புகும் யாரும் வருணம், பிராமணியம் என்பதோடு மட்டும் நின்றுகொள்ள விரும்புகிறார்கள். சாதியை அவ்வாறு மட்டுமே பார்த்துவிட முடியும் என்று தோன்றவில்லை. அது வட்டாரம், காலம், ஒழுங்கு ஆகியவற்றிற்கு ஏற்ப மாற்றம் பெற்றுவந்திருக்கிறது. சாதிகளின் தோற்றத்தை அவற்றின் குழு, இன, குல வடிவ மாதிரிகளில் இருந்தே புரிந்துகொள்ள வேண்டியுள்ளது. பண்டைய குலங்களுக்குரிய தொன்மங்கள் பலவற்றை இன்றைய சாதிகள் தம்முள் கொண்டிருக்கின்றன. குலங்களின் மிச்சசொச்சங்களையும் அது சார்ந்த உணர்ச்சிகளையும், பண்டைய குல அமைப்புக்குரிய ஒற்றுமைகளையும், ஒழுங்கு களையும் சாதிகள் சார்ந்து நிற்கின்றன. ஒவ்வொரு குலமும் அதற்குள்ளேயே தொழில்களைப் பகிர்ந்துகொள்கிறது. தங்களது குல இருப்பை நிலைநிறுத்திக்கொள்ளும் உணவு உற்பத்தி உள்ளிட்ட வாழ்வியல் தேவைகளுக்கான உற்பத்தியை மனிதர்கள் அவர்களுக்குள்ளேயே உருவாக்குகின்றனர்.

சடங்குகளை நிகழ்த்தும் மனிதர்கள் ஒவ்வொரு குலத்திற்குள்ளும் தலையெடுக்கின்றனர். சடங்கு நிகழ்வுகளில் இருந்து தூய்மைக் கோட்பாடு உருவாக்கம் பெறுகிறது. அதாவது ஒருவரை ஒன்றில் இருந்து விலக்கம் செய்வதில் இருந்தே தூய்மை தலையெடுக்கிறது. தூய்மை என்பது பெண் மீதிருந்தே தொடக்கம் கொண்டிருக்கலாம் என்பதால், ஒவ்வொரு குலத்திலும் இதுவே தீட்டின் தொடக்க நிலையாகவும் இருந்திருக்கலாம். பெண்கள் சடங்கு நிலைகளிலிருந்து விலக்கப்பட்டிருக்கலாம். ஒரு

குலம் தன் குல உறுப்பினர்களைச் சடங்கு ஒன்றில் இருந்து விலக்குவதில் இருந்தே தீட்டைக் கண்டுபிடித்திருக்கலாம். தீட்டு என்ற சமூக விலக்கு நடைமுறைகள் ஒரு குலத்திற்குள் செயல்பட்ட தருணத்தில் அகமண முறையையும் குலங்கள் கட்டாயமாக்கின. இதனை ஒரு குலம் மட்டுமே செயல்படுத்தியிருக்க வாய்ப்பில்லை. பல்வேறு குலங்களுக்குள்ளும் இச்செயல்பாடுகள் நடைபெற்றிருக்க வேண்டும். அதைப் போன்று 'போலச் செய்தல்' மூலமாக ஒரு குலத்திலிருந்து வேறொரு குலம் படித்தறிந்திருக்கலாம்.

குலங்களுக்குள் புறமணமுறை என்பது எப்போதும் தொழிற்பட வில்லையா என்பதான கேள்விக்கும் விடை தேட வேண்டும். பல்வேறு குலங்கள் தங்களுக்கிடையே விவசாய அறிவைப் பகிர்ந்திருக்கலாம். வணிகம் சார் நடவடிக்கைகள், இடப்பெயர்ச்சி முதலானவை நடைபெற்றிருக்க வேண்டும். இதையொட்டிப் பல்வேறு வகைப்பட்ட போர்கள் நடைபெற்றிருக்கலாம். அவற்றில் வெற்றியும் தோல்வியும் பரந்துபட்டு நடந்திருக்கலாம். அதைப் போன்றே புறமணமும் மேற்குறித்த செயல்பாடுகள் வாயிலாகவும் இயல்பான மனித உணர்வான காதல் வாயிலாகவும் நடைபெற்றிருக்கலாம். அகமணம் எனும் குல ஒழுங்கு சிதைந்த தருவாயில் எந்தக் குலமும் தீட்டுச் செயல்பாட்டின் மூலம் பெண்ணை ஒடுக்குவதை நிறுத்தவில்லை. புறமணம் என்பதான புதுச் செயல்பாட்டில் அதன் பழைய செயல்பாடான தீட்டு வடிவம் தொடர்ந்துவந்ததைப் பார்க்க முடிகிறது.

போர்களின் குழப்பத்தால் புறமணமுறை சீர் பெற்றிருக்க வேண்டும். ஆனால், அவ்வாறு ஒன்று உருவாகுவதற்கு முன்பே மீண்டும் அகமணம் மறுவடிவம் எடுத்துக்கொண்டது. வெற்றியடைந்த குலங்கள் தங்களைப் புணருத்தாரணம் செய்துகொள்ள அகமணத்தைத் தனதாக்கின. அதைப் போன்றே தோல்வியடைந்த குலமும் தங்களைத் தகவமைத்துக்கொள்ள அகமணத்தினை வரித்துக்கொண்டன. இவ்வாறு பல்வேறு வகைப்பட்ட குலங்களும் எத்தகைய நெருக்கடி ஏற்பட்டாலும் தங்களுக்குள் கலப்பதை விரும்பவில்லை. ஒருவகையில் மறந்து கலத்தல் அல்லது பிணைந்து கொள்ளுதல் எனும் குணம் இந்தியப் பண்பாக மாறாததன் தொடக்க நிலை இது என்றே சொல்லிவிடலாம்.

தத்தமது குலத்தைத் தகவமைக்கத் துடித்த குலங்கள் தீட்டைப் பரந்துபட்ட அளவில் வடிவமைத்தன. பேறுகாலமும் பேறுகாலம் பார்ப்பவர்களும் தீட்டானார்கள். இறந்தவர்களின் ஈமச்சடங்கினைச்

செய்பவர்களும் தீட்டாக்கப்பட்டனர். தோல் கருவி இசைப்போர், யாழ் இசைப்போர் தீட்டாக்கப்பட்டனர். பிற்காலத்தில் மாட்டிறைச்சியைச் உண்பவர்களும் தீட்டாக்கப்பட்டனர். பத்தொன்பதாம் நூற்றாண்டில் கழிப்பறை அறிமுகப்படுத்தப்பட்டபோது மலம் அள்ளுவோர் தீட்டாக்கப்பட்டனர். இவை அனைத்தும் வெவ்வேறு காலகட்டங்களில் உருவாக்கப்பட்டு, தீட்டின் வரையறைக்குள் அதன் தொடக்ககாலப் பண்பிலிருந்து நீண்டு விரிவடைந்து வந்துள்ளது. இவற்றில் ஒரு குலத்தின் மீது மட்டுமே தீட்டுக்கான தொழிலைத் திணிக்கும் செயல்பாடு சாதி கெட்டியாக உருமாறிய காலகட்டத்தில் உருவாகியிருக்கலாம். மேற்குறித்த விவாதத்திலிருந்து சாதி வரையறை உருவான காலத்தில் சாதிக்கான தொழில்கள் வரையறுக்கப்பட்டன. தொழிலுக்கான செயல்பாட்டிலிருந்து சாதி உருவாகவில்லை என்பதாக நாம் கருதலாம்.

சாதிகளின் தோற்றக் காலம் குறித்துப் பேச வரும்போது, அது மனித இனம் தோன்றியது முதலே இருந்துவருவது போன்று சொல்வது தவறு. இவ்வாறு சாதி முறைக்குத் தொன்மையைக் கட்டுவதன் மூலம், அது இயற்கையானது என்ற பொருள் உருவாகிவிடுகிறது. அதனாலேயே அது மனிதனால் உருவாக்கப்பட்டது என்பதும் அது ஒழிக்கப்படக் கூடியது என்ற நம்பிக்கையும் இல்லாமல் ஆக்கப்பட்டது. ஆனால், சாதிகள் அதிகாரத்தோடு தொடர்புடையன. அந்த அதிகாரத்தைக் கடவுளின் பெயரால் மனிதன் நியாயம் ஆக்கினான். சாதிகளைக் கொண்ட அதிகார அமைப்பால் சமூகத்தில் பலரும் பயன் பெறுகின்றனர் என்பதாலேயே அது பாதுகாக்கப்படுகிறது. சாதிகளை முழுமையடைய வைத்த காரணிகளுள் முக்கியமானது அரசதிகாரமும், அதற்கான கருத்தியல் அமைப்பும். அதிகார நோக்கத்திற்கேற்ப செயற்கையாகக் கட்டமைக்கப்பட்டு, இயற்கையானதைப் போன்று நம்ப வைக்கப்பட்டுப் பாதுகாக்கப்படுகிறது. எனவே, சாதிகளையும் அவை இன்றுவரையில் அடைந்துவந்திருக்கும் பரிமாணங்களையும் வரலாற்று ரீதியாக ஆராய வேண்டியுள்ளது.

அம்பேத்கர் சாதியின் தோற்றக் காலமாக கி.பி.8 ஆம் நூற்றாண்டைக் குறிப்பிடுகிறார். தமிழ்ப் பகுதியைப் பொறுத்தவரை சாதிகளுக்குரிய குடியிருப்பு மற்றும் தொழில் பிரிவு திட்டவட்டமான குறிப்புகளாகப் பிற்காலச் சோழர் (கி.பி. 9ஆம் நூற்றாண்டிற்குப் பிறகு) கல்வெட்டுகளில் காணக் கிடைக்கின்றன. ஏறக்குறைய அக்காலத்திற்குப் பிறகு சாதியமைப்பு வலுப்பெற்றிருக்க வேண்டும். சாதியமைப்பை நியாயப்படுத்துவதற்கான கருத்தியல் வாய்ப்பும்

சோழர் காலத்திலிருந்தே இங்கு உருவாகியிருக்க முடியும். நமக்குக் கிடைத்திருக்கும் இலக்கியங்களும் இதனைத் துலக்கமாகப் பேசுகின்றன.

பிற்காலச் சோழர் காலத்தில் சாதி ஒரு துல்லியமான வடிவத்தை அடைந்திருக்கலாம். அதற்கு முன்பிருந்தே குலங்களாகவும் குழுக்களாகவும் இருந்தவற்றின் தனித்த அடையாளங்கள், தீண்டாமை வடிவங்கள், பல்வேறு தொழில்கள் மாற்றங்களுக்கு உட்பட்டுச் சோழர் காலத்தில் இன்றைய வடிவத்திற்கான தொடக்கத்தினை அடைந்திருக்கலாம். பிற்காலச் சோழர் காலத்திற்கு முந்தைய இலக்கியங்கள், இலக்கணங்கள் ஆகியவற்றில் குல ஒழுங்குகளும் அவை சார்ந்த பாகுபாடுகளும் குறிப்பிடப்படுகின்றன. ஆனால், அவற்றைச் சாதிகளின் இன்றைய அர்த்தத்தைப் பார்த்து அப்படியே பொருத்திப் புரிந்துகொள்ள முடியாது என்றே ஆய்வுகள் கூறுகின்றன. ஆனால், தொன்மைப் பாகுபாடுகளின் மிச்சசொச்சம் சாதி அமைப்பு வலுப்பெற்றபோது அழுத்தமான பங்கைச் செலுத்தின. அதேபோல இறுக்கமடைந்த சாதியமைப்பு காலந்தோறும் புதிய சூழலுக்கேற்பத் தன்னை உருமாற்றிக்கொண்டு வந்திருக்கிறது. பிற்காலச் சோழர்களின் சாதியமைப்பைக் காட்டிலும் நாயக்கர் கால சாதியமைப்பு மேலும் இறுக்கமடைந்ததாகவும், நிறுவனத்தன்மைக்கான கருத்தியல் பணி வலுப்பட்டிருந்ததாகவும் அறிய முடிகிறது. பிறகு ஆங்கிலேயர் காலத்தில் நவீன தேசம், சட்டம், நிர்வாகம் ஆகியவற்றின் உருவாக்கப் பின்னணிக்கேற்ப வடிவ மாற்றத்தை அடைந்தது. அதன் பின்னர் சுதந்திர இந்தியாவில் சாதி இன்றைய வடிவத்தைப் பெற்றது.

பிற்காலச் சோழர் தொடங்கி ஆங்கிலேயர் காலத்தின் பாதிவரையிலும் வலங்கை, இடங்கை சாதிப் பிரிவுகள் வட்டார அளவில் வினையாற்றின. அதேவேளையில், சாதியின் தோற்றம் தொடங்கி இன்றுவரையிலும் சில சாதிகள் தொடர்ந்து நிலைபெற்றுவருகின்றன. சில சாதிகள் சிறு குழுக்கள் சிலவற்றைச் சேர்த்துக்கொண்டு பெரும் சாதிகளாக மாறியுள்ளன. அந்த வகையில் காணாமல் போன சாதிகளும் புதிதாக உருப்பெற்ற சாதிகளும் உண்டு. இங்கு இன்னொன்றையும் குறிப்பிட வேண்டும். வரலாறு முழுக்க ஒடுக்கப்பட்ட சாதிகள் பலவும் இன்றைய நிலையிலேயே இருந்ததாகவும் பார்க்க முடியவில்லை. தொழில், சமூக அதிகாரம் போன்றவற்றில் மேம்பட்ட நிலையிலும் அவை இருந்திருக்கின்றன. அச்சாதிகளின் வளமான மரபுகளும் தொழில்களும் அழிக்கப்பட்டிருக்கின்றன அல்லது ஆதிக்கம்

பெற்றோரால் பறிக்கப்பட்டுள்ளன. எனவேதான் சாதியமைப்பு என்பது அதிகாரத்திற்கிடையிலான முரண்பாட்டிலும் எழுச்சி பெற்றது என்கிறோம். இவையெல்லாம் சேர்ந்துதான் இன்றைய சாதியமைப்பு. ஆனால், இவ்வாறு சாதிகளை விரிவான பின்புலத்தில் வைத்துப் புரிந்துகொள்ளாமல், இன்றைய சாதிகளின் நிலையைப் போன்றே சாதிகளைப் பார்ப்பதினால்தான் சாதியமைப்பு காப்பாற்றி வந்திருக்கும் வழக்கமான வாதத்திற்குள் சிக்கிக்கொண்டு, அவற்றை எதிர்கொள்ள முற்படுகிறோம். சாதிகளும் தம் புதிரை விடுவிக்க மறுக்கின்றன. சாதியமைப்பின் சமீபத்திய தன்மை, சாதிகளுக்கேற்ப மாறிவரும் அதிகாரம் ஆகியவை வெளிப்பட்டுவிடக் கூடாது என்பதற்காகவே சாதிகளின் காலம், சாதிகளின் இழிவு ஆகியவற்றைத் தொன்மையானவையாகக் காட்டும் இலக்கியங்களும் கதைகளும் மிகச் சமீபகாலத்தில் உண்டாக்கப்பட்டன. இதன் மூலம் குறிப்பிட்ட சாதிகள் மீது கற்பிக்கப்பட்ட இழிவு உறுதியாக்கப்பட்டது. சில சாதிகளின் பண்பு உயர் நிலைக்கு இழுத்துச் செல்லப்பட்டது. இத்தகைய செயல்பாடுகள் உளவியல் ரீதியாகத் தாழ்ந்தவர்கள் அல்லது உயர்ந்தவர்கள் என்கிற எண்ணங்களை அக்குறிப்பிட்ட சாதிகள் தங்களுக்குத் தாங்களே உணரும்படிச் செய்யப்பட்டிருக்கின்றன.

இவ்வாறு சாதி இழிவு உண்டாக்கப்பட்ட பின்னரும்கூட, இழிவு சுமத்தப்பட்ட முறையில் ஒவ்வொரு சாதிகளுக்கிடையேயும் வேறுபாடுகள் இருக்கின்றன. ஒரு சாதி, ஒரு பகுதியில் சந்தித்துவந்த இழிவை மற்றொரு பகுதியில் சந்திக்கவில்லை. குறிப்பாக, நாடார் சாதி மீது திருவிதாங்கூர் பகுதியில் சுமத்தப்பட்டிருந்த இழிவு பிற பகுதிகளில் சுமத்தப்பட்டிருந்ததாகத் தெரியவில்லை. அதைப் போன்று மராட்டிய பேஷ்வாக்களின் ஆட்சிப் பகுதியிலிருந்த கலயம் கட்டுவது, துடைப்பம் பயன்படுத்துவது என்பதான வடிவங்கள் தமிழகத்தில் அதே வகை மாதிரியில் இருந்ததாகத் தெரியவில்லை.

சாதிய வரலாற்றில் பண்பாட்டு அழுத்தம் இன்றுவரையிலும் செல்வாக்குச் செலுத்துகிறது. இங்கு சாதியும் பண்பாடும் பிணைந்தே கிடக்கின்றன. ஒரு குழுவின் சாதிமுறை சார்ந்த நடைமுறைகளே அவர்களின் பண்பாட்டு நம்பிக்கைகளாக வினையாற்றுகின்றன. எனவேதான், சாதியைப் பிரித்துவிட்டால் பண்பாட்டு நடைமுறைகளைப் பிரித்ததாகக் கருதப்படுகிறது. அதனாலேயே பண்பாடு குறித்த கவலை சாதி குறித்தான கவலையாகவும் இருப்பதைப் பார்க்கிறோம். அதே வேளையில் இங்கு குறிப்பிடப்படும்

பண்பாட்டு அடையாளங்களும் பல்வேறு மாற்றங்களை உள்வாங்கி மாறிவந்திருக்கின்றன. குலச் சமுதாய ஒழுங்குகளும் சாதிகளின் தோற்றத்தில் பங்கு வகித்ததாக இருக்கும்போது, குலச்சமுதாயத்திற்குரிய தொன்மங்களும் சடங்குகளும் குழுவாக இருந்து சாதியாக மாறும்போது அக்குறிப்பிட்ட சாதியின் பண்பாட்டு நடைமுறைகளாக மாறியிருக்கின்றன. எனவே, இன்றைய ஒவ்வொரு குழுவின், சாதியின் பண்பாட்டினைக் கொண்டாடுவதிலும் புறந்தள்ளி விடுவதிலும் பிரச்சினை இருக்கிறது. இதேவேளையில், நாட்டுப்புறத் தெய்வ வழிபாடுகளைச் சாதியிலிருந்தும் வைதீகத்திலிருந்தும் விலகிய பண்பாடு என்று புரிந்துகொள்ளும் நிலை இன்று இருக்கிறது. சாதியை வைதீகத்தின் விளைவாக மட்டுமே பார்ப்பதால் வரும் சிக்கல் இது. ஆனால், அது முழு உண்மையல்ல. பண்டைக்குலங்களுக்குரிய சடங்குகளும் தொன்மங்களும் இன்றைக்குத் தனிச் சாதியாகிவிட்டவர்களின் வழிபாடுகளாக, அதாவது நாட்டுப்புறத் தெய்வங்களாக - குலசாமிகளாக நீடிக்கின்றன. அத்தொன்மங்களையும் சடங்குகளையும் சார்ந்து அவர்கள் கையாளும் தீட்டு, அது மீறப்படும் போது அதைக் காப்பதற்கான மூர்க்கத்தன்மை என யாவும் இன்றைக்கு மற்றொரு சாதிக்கு எதிரான வன்முறையாக மாறுகின்றன.

சாதிகளின் வரலாற்றைப் பேசும்போது வைதீகத்தின் பங்கு என்ன என்று பார்ப்பதும் அவசியம். சாதியம் தோற்றம் பெற்ற காலத்திலிருந்தே வைதீகத் தலையீடு குறித்தான பதிவுகளை அழுத்தமாகக் காண்கிறோம். சாதிகளின் தோற்றம் முதலே அதனைக் கருத்தியல் தளத்தில் வலுவான விதியாக்கும் பணியை வைதீகம் பகுதிகளின் தன்மைக்கேற்ப முன்னெடுத்தது. மனுதர்மத்தைப் போற்றும் அரசுகளும் அதற்குப் பின்னரே உருவாயின. தமிழகத்தில் மனுதர்ம விதிக்கேற்ப சாதி நடைமுறைகள் இருந்ததற்கான சான்றுகள் குறைவு அல்லது அதை முழுமையாக நடைமுறைப்படுத்துவதற்கான அரசாதரவு இருந்ததா என்பதும் உறுதியாகத் தெரியவில்லை. அன்றைக்கு அரசு என்பது என்ன, அந்த அரசு அனைத்து மக்களையும் உள்ளடக்கி இருந்ததா, அரச எல்லைக்குள் உள்ளடங்காத, உள்ளடங்கிய வெவ்வேறு குழுக்களும் இருந்தனவா, எனவே அரசதிகாரம் வாயிலாகப் பிறப்பிக்கப்பட்ட சாதிகளுக்கான விதிமுறைகள் அனைத்துக் குழுமக்களையும் கட்டுப்படுத்தியதா என்பனவற்றையெல்லாம் ஆராய வேண்டியிருக்கிறது. ஆனால், வட்டார ரீதியில் குழுப்பிரிவினைகள் வலுப்பெற்றிருந்ததையும் அறிய முடிகிறது. இதற்கு உதாரணமாக, வலங்கை, இடங்கைப் பிரிவைக்

குறிப்பிடலாம். இத்தகைய வட்டார அதிகாரக் குழுக்களோடு வைதீகத்தின் இணைவும் பிரிவும் முழுமையாகவோ பகுதியாகவோ அரங்கேறியிருக்கலாம். வைதீகம் என்றால், அதன் தோற்றப் புலம் எது? அது ஒன்றா, பலவா? அதன் காலம் எது? எல்லாக் காலத்திலும் அனைத்து இடத்திலும் அது ஒன்றுபோல் இருந்ததா? என்பதையும் கணக்கில் கொண்டே வைதீகத்தின் தாக்கத்தையும் அறிய வேண்டியிருக்கிறது.

பிற்காலச் சோழர் காலத்தில் அரசு, மதம் ஆகியவற்றைச் சார்ந்து நில உடைமையும் கோயில் சார்ந்த அதிகாரமும் உருப்பெற்றன. கோயில்கள் கலாச்சார மையங்களாக மட்டுமன்றி, நிலவுடைமை நிறுவனங்களாகவும் செயல்பட்டு, மக்களின் அன்றாட வாழ்வில் தாக்கம் செலுத்தின. வரலாற்று ஆசிரியர்களில் பலரும் சோழர் காலத்திய சைவ அதிகாரத்தின் எழுச்சியை ஆராய்ந்துள்ளனர். இக்காலத்தில்தான் கோயில்கள் அதிகார மையங்களாக மாற்றப்பட்டு, கோயில் மற்றும் அது சார்ந்த புதிய சமூகக் குழுக்கள் உருவாக்கப்பட்டன. சைவ இலக்கியங்கள் படைக்கவும் தொகுக்கவும் பட்டன. வைதீகக் கோயில்களில் சடங்குகள் முக்கியத்துவம் பெற்றன. சாதி என்கிற அளவில் பிராமணர்களும் வேளாளர்களும் உடைமைச் சாதிகளாகவும், புனித சாதிகளாகவும் கருதப்பட்டு, அவர்களுக்குப் பிரம்மதேயம், தேவதானம் எனும் பெயர்களில் வளமான நிலப்பகுதிகள் தானமாக வழங்கப்பட்டன. இவ்விரு சாதிகளுக்கிடையிலான அதிகாரப் போட்டி 20ஆம் நூற்றாண்டின் பிராமணரல்லாதார் இயக்கம் வரையிலும் நடந்தது. இந்த விதத்தில் வைதீகத்தின் வளர்ச்சியிலும் நிலவுடைமை வளர்ச்சியிலும் பிராமணர்களைப் போலவே வேளாளர்களுக்கிருந்த உறவையும் கணக்கில் எடுப்பது சாதி பற்றிய பரிமாணத்தை அறியப் பயன்படும். சாதியாதிக்க வளர்ச்சியில் நிலவுடைமை உற்பத்தி முறை அளப்பரிய பங்கை வகித்தது. ஆனால், அனைத்து இடங்களிலும் சாதியாதிக்கத்தைக் காப்பதில் நிலவுடைமை மட்டும் முழுப்பங்கு வகித்ததாகக் கூறிவிட முடியாது. நிலவுடைமையாளர்களாய் இல்லாத சாதிகள் சாதிவெறி கொண்டவையாகவும் இன்றைய அதிகாரச் சாதிகளாகவும் மாறியிருப்பதைப் பார்க்கிறோம்.

பிற்காலச் சோழர் குறித்து எழுதிய கே.ஏ.நீலகண்ட சாஸ்திரி, சோழர் காலத்தில் அதிகாரம் மையப்படுத்தப்பட்டு, வலிமையான அரசு இருந்ததாகக் குறிப்பிடுகிறார். அதையே பின்னால் வந்த வரலாற்றாளர்களும் முன்மொழிகின்றனர். ஆனால், பர்ட்டன்

ஸ்டெயின், கத்லீன் கௌ, நொபொரு கரோஷிமா, ஒய்.சுப்பராயலு ஆகியோரின் ஆய்வுகள் வேறு பல செய்திகளைத் தெரிவிக்கின்றன. அவை இங்கு நிலவிய வேறுபட்ட குழு மற்றும் அவற்றின் பிரிவுகளைக் காட்டுகின்றன. அதில் பர்ட்டன் ஸ்டெயின் கூறாக்க அரசமைப்பு இருந்தது என்கிறார். இதையே அவர் பன்மைய அரசமைப்பு என்றும் கூறுகிறார். அதாவது, மையம், விளிம்பு என்ற இரண்டு அதிகார அமைப்புகள் இருந்தனவென்றும் இவற்றிற்கு இடையே தொடர்ந்து முரண்பாடு நிலவியதாகவும் குறிப்பிடுகிறார். சாதி உருவாக்க முறை பற்றிய ஆய்வோடு இக்கூற்று இணைத்துப் பார்க்கப்பட வேண்டிய ஒன்றாகும். முதலாவதை, மையம் என்பது அரசிறைமை கொண்ட போர்க்குழு என்றும் இரண்டாவதை, இனக்குழுரீதியாக இணைக்கப்பட்ட மேல்நில மற்றும் காட்டுப்பகுதி மக்கள் ஓரங்களிலிருந்து முன்னேறிவரும் குழுக்கள் என்றும் அவர் குறிப்பிடுகிறார். மையப்பகுதிகளில் பிராமண — வேளாளர் பங்குபெற்றனர் என்றால், காட்டுப்பகுதி இனக்குழு மக்கள் யார்? இரு குழுவினருக்கு இடையேயான அரசியல், கலாச்சார மோதல்களின் ஊடாகச் சாதியமைப்பாகத் திரளுவதற்கான வாய்ப்பு இருந்ததாகவே தெரிகிறது. மேலும், சோழர்கால வைதீகச் சடங்காச்சாரத்திற்கு எதிரான வட்டாரக் குழுக்களின் சடங்காச்சாரம் எதிர்ப்படுகையில் நடைபெற்ற மாற்றங்கள் எவை என்பதை அறிய வேண்டியிருக்கிறது.

சோழர் காலம் தொடங்கி வெளிப்பட்ட இடங்கை, வலங்கை போராட்டங்களுக்கான வேரினைக் கண்டறிவதற்கான வாய்ப்பாகவும் இதை விவரிக்கலாம். ஏனெனில், சோழர் காலத்தில் நிலவுடைமைக் குழுக்கள், உடைமை சாராத குழுக்கள், விவசாயக் குழுக்கள், விவசாயம் சாராத குழுக்கள், நிலைபெற்ற குழுக்கள், புதிய குழுக்கள் ஆகியவற்றிற்கு இடையிலான இன, சாதி மோதல்கள் இருந்ததை ஸ்டெயின் குறிப்பிடுகிறார். ஒய்.சுப்புராயலு சோழர் காலத்தின் 400 ஆண்டுகளில் சமூக நிலை எப்போதும் ஒரேநிலையில் இருந்ததில்லை என்றும், முழுமையும் மையப்படுத்தப்பட்டதுமான ஓரரசு அங்கு இருந்ததில்லை என்றும் கூறுகிறார். பல வேளைகளில் அரசு வென்ற பகுதிகள் மையப்பகுதியுடன் இணைக்கப்படவில்லை. அங்கு வைதீகமயப்படுத்தப்பட்ட சமூக வகைமையும், சுயேட்சையான குழுமுறைகளும் செயலாற்றி வந்தன. அவற்றுக்கிடையே மோதல், சமரசம், போலச் செய்தல், தனித்தன்மை என்ற வகைகளில் அக்கால சாதிகளுக்கான குணாம்சங்கள் நிலவியிருக்க முடியும் என்று தோன்றுகிறது.

தமிழ்ப் பேசும் பகுதிகளுக்குத் தெலுங்கு பேசும் அரசினுடைய, சாதிகளின் வருகையினால் இங்கு உருவான சாதிகளும் சடங்குகளும் சாதிய இறுக்கத்தில் பங்கு வகிக்கின்றன. இந்திய வரலாற்றில் விஜயநகர ஆட்சிக்காலத்தை, தென் இந்தியச் சமூகத்தை, மத்திய காலத்திலிருந்து நவீனக் காலத்திற்கு மாற்றிய ஆட்சியாக பர்டன்ஸ்டெயின் குறிப்பிடுகிறார். விஜயநகர ஆட்சியிலும் அதைத் தொடர்ந்து நிலைபெற்ற நாயக்கர் ஆட்சியிலும் அரசு என்பது அரசனை மட்டும் சார்ந்திருக்கவில்லை. மையப்படுத்தப்பட்ட அரச நிர்வாகம் ஒன்று இருந்தது. இரட்டை ஆட்சிமுறை இங்கு அறிமுகப்படுத்தப்பட்டது. அதுவரை அரசோடு தொடர்பு கொள்ளாத பல கிராமங்கள் பாளையங்களோடு தொடர்பு கொண்டதன் வாயிலாக அரசனோடு தொடர்புபடுத்தப்பட்டது. பாளையக்காரர்கள் தலைமையில் நிர்வாகம் நடந்துவந்தது. பல கிராமங்கள் ஒன்றிணைக்கப்பட்டு, வருவாய் மண்டலங்களாகப் பகுக்கப்பட்டு, அக்கிராம நிலங்கள் புனரமைக்கப்பட்ட பெருங் கோயில்களுடன் இணைக்கப்பட்டன. தமிழக நிலப்பரப்பில் பணிபுரிவதற்காகப் பிராமண கணக்கர்கள், எழுத்தர்கள் பணியமர்த்தப்பட்டனர். இவர்கள் பெரும்பாலும் வடக்குக் கர்நாடகப் பகுதியைச் சேர்ந்த தேசாஸ்த பிராமணர்களாகவும் ஆந்திரப் பகுதியைச் சேர்ந்த நியோகி பிராமணர்களாகவும் இருந்தனர். விவசாய நிலங்களின் நிர்வாகத்திற்குத் தமிழகப் பகுதிகளில் நாட்டுக்கரணங்களை நியமித்தனர். தமிழகத்தின் தென்பகுதியில் இந்த நாட்டுக்கரணங்கள் மறவர்களாக இருந்தனர். பாளையக்காரர்களில் பெரும்பாலானோர் நாயக்கர்களாகவும், வெகுசில பாளையப் பட்டுகள் தேவர்களாகவும் (மறவர், அகமுடையார்) இருந்தனர். இந்த ஆட்சியில் ஏற்கெனவே விவசாய நிலங்கள் வைத்திருந்த பறையர், பள்ளர்களிடமிருந்து நிலங்கள் பிடுங்கப்பட்டு, அப்பகுதிகளில் புதிதாகக் குடியமர்த்தப்பட்ட மறவர்களுக்கு அந்த நிலங்கள் வழங்கப்பட்டன. குறிப்பாக, இராமநாதபுரம் பகுதியிலிருந்த மறவர்கள் திருநெல்வேலி பகுதிகளில் குடியமர்த்தப்பட்டபோது, இந்த நிலங்கள் அனைத்தும் பறையர், பள்ளர்களிடம் இருந்தன என்பதற்கான சான்றுகள் கிடைத்திருக்கின்றன. இவ்வாறு நாயக்கர் ஆட்சிக் காலத்தில் நடந்த நில அதிகார மாற்றங்கள் சாதிய அதிகாரத்திலும் நிலைத்துப்போக ஆரம்பித்தன.

ஆட்சி அதிகார மாற்றம் ஏற்பட்டபோது ஆட்சியாளர்களைச் சார்ந்த குழுவினர் ஏற்கெனவே குடியிருந்தவர்களை வலுக்கட்டாயமாக வெளியேற்றிவிட்டுக் குடியேறினர். தமிழகத்தின் தெலுங்கு

குடியேற்றங்கள் இவ்வாறு உருவானவையே ஆகும். தெலுங்குப் பகுதியின் சாதிய முறைகளும் தமிழ்ப் பகுதி சாதி முறைகளும் சேர்ந்த தருணத்தில் சாதி அமைப்பில் நடந்த மாற்றங்கள் குறிப்பிடத்தக்கவையாகும். கலப்பில் விளைந்த புதிய சாதிகள், அவற்றின் மீது கற்பிக்கப்பட்ட உயர்வு, தாழ்வு போன்றவை சடங்கு, இலக்கியம், கூத்து என்கிற பெயர்களில் நிலை நிறுத்தப்பட்டன.

விஜயநகர ஆட்சி, அதைத் தொடர்ந்து நாயக்கர் அரசு ஆகியவை தெலுங்குப் பகுதிகளில் சாதி ரீதியிலான பாளையங்களை வகுத்திருந்தன. அதைப் போன்று பிராமண அதிகாரம் என்பதை அரச அதிகாரத்தோடு தொடர்புபடுத்தியது. தமிழ்ப் பகுதியில் நிலை கொண்ட நாயக்கர் அரசு விஜயநகர அரசின் பாணியை இங்கும் அமல்படுத்தியது. அதுவரை தமிழ்ப் பகுதி இலக்கிய வகைமைகளில் திணைகளாகவும் அரச வடிவில் அரசுகளின் பிடிப்புகளாகவும் தொழில்பட்டன. நாயக்கர் ஆட்சி நிலங்களைச் சாதிகளின் உரிமைக்குட்பட்ட நிலங்களாக மிக வெளிப்படையாக மடைமாற்றம் செய்தது. அதற்குப் பாளையங்கள் எனப் பெயர் சூட்டியது. பாளையங்கள் சாதிகளின் அதிகாரங்களாக மாறின. அதே வேளையில் பாளையத்திற்குட்பட்ட பகுதிகளில் வாழ்ந்த தமிழ்ச் சாதிகளின் பண்டைய வரலாறு பலமாக இடை நிறுத்தப்பட்டது.

அதோடு சாதிகளின் புதிய வரலாறுகளை உருவாக்கும் நெருக்கடியை நாயக்கர் ஆட்சி விளைவித்தது. இன்றைய சாதிகளின் தொன்மக்கதைகள் ஏறக்குறைய இக்காலகட்டத்தில் இருந்தே தொடக்கம் கொள்கின்றன. சைவமும் வைணவமும் கலந்த செவ்வியல் மதங்கள் நிலை நிறுத்தப்பட்டன. சாமிகள் இடைமாற்றப்பட்டன. புதிய தெய்வங்கள் உருவாக்கப்பட்டன. ஒருவிதத்தில் இன்றைய நாட்டுப்புறத் தெய்வங்களின் தொன்மங்கள் நாயக்கர் ஆட்சிக் காலத்திலிருந்தே தொடக்கம் கொள்கின்றன. மொத்தத்தில் சாதிகளை அச்சாகக் கொண்டே நாயக்கர் ஆட்சி தமிழகத்தில் நிலை கொண்டது. அந்த ஆட்சியோடு தமிழகச் சாதிகளில் சில அதிகாரத்தோடு பொருந்திக்கொண்டன. பல சாதிகள் அதிகாரத்திலிருந்து வெளியேற்றப்பட்டன. ஒடுக்கப்பட்ட சாதிகள் கடுமையாக நிர்மூலமாக்கப்பட்டன. மொத்தத்தில் புதிய சாதி அமைப்புகள் உருப்பெற்றன. இத்தகைய சாதிகளுக்குப் பிராமண அங்கீகாரம் தெளிக்கப்பட்டு, சாதிகள் இறுக்கம் கொண்டன.

தமிழ்நாட்டில் சாதிகளின் எண்ணிக்கை காலந்தோறும் மாறி வந்திருக்கிறது. அவை பெற்றிருந்த சமூக அதிகாரம் என்கிற

விதத்திலும் அது மாற்றங்களைக் கண்டிருக்கிறது. தென்பகுதியில் 12ஆம் நூற்றாண்டு முதலாக இருந்ததாகச் சொல்லப்படும் வலங்கை, இடங்கைச் சாதிப்பிரிவுகளில் தமிழ்ப் பகுதியில் புழங்கிய பல்வேறு சாதிகளும் இடம்பெற்று வந்திருக்கின்றன. மேல் சாதிகளும் கீழ்ச்சாதிகளும் சேர்ந்து வர்ண தரும முறைக்கெதிராக விடுத்த சவால்தான் இது என்று சில ஆய்வாளர்கள் கூறுகிறார்கள். தமிழ்ப் புலத்தில் காலனிய காலம்வரை இப்பிரிவு சார்ந்த சாதியமைப்பு செயல்பட்டு வந்துள்ளதை அறிய முடிகிறது. இந்தப் பிரிவுகளுக்குள் இடம்பெற்றுவந்த சாதிகளிலும் அது தோன்றிய காலம் முதல் மாற்றங்கள் நிகழ்ந்திருக்கின்றன. பிற்காலத்தில் சிறு குழுக்கள் இணைந்து பெரும் சாதியாகவும் பெரும் சாதிகள் இணைந்து அரசாங்கத்தின் பட்டியலுக்குட்பட்ட ஒற்றைச் சாதிக் குழுவாகவும் மாறியிருக்கின்றன. ஒவ்வொரு சாதியும், குழுவும் தன்னுடைய இருப்பை அதிகார நிலையில் மேல்நோக்கிக் கொண்டு செல்வதற்குக் காலந்தோறும் முயன்று வந்திருக்கிறது. ஒவ்வொரு சாதியும் தன்னைப் பெருமையாகவும் பிற சாதிகளைச் சிறுமையாகவும் சொல்லிக் கொள்ளும் கூற்றுகள், யாவும் சமகால அதிகாரத்தைப் பெறுவதற்கான பெரும் பேரமாகவே இருக்கின்றன. மற்றபடி அக்கூற்றுகள் வரலாற்று நிலையில் முழு உண்மையாக இருந்ததில்லை.

சாதிகளின் உருவாக்கத்திற்குக் காலனியத்தின் பங்களிப்பு

சாதிகளின் தோற்றம் அதன் வளர்நிலை குறித்த ஆய்வில் காலனியம் வகித்த பங்கு விரிவான ஆய்விற்குரியதாகும். ஏனெனில், காலனியம் தனது நிர்வாக நலனுக்கேற்ப இந்திய மக்களை ஒருங்கிணைக்கும், வகைப்படுத்தும், தொகுக்கும் வேலைத் திட்டத்தில் இறங்கியது. அதற்கான சட்ட வரையறையையும் உருவாக்க எண்ணியது. அத்தகைய வரையறைக்கு மனுச்சட்டத்தை இந்தியத் தன்மையாகக் கருதி காலனிய நிர்வாகம் உள்வாங்க முயன்றது. அதன் விளைவாக சிவில் பகுதி சட்டத்தொகுப்பை வரையறுக்க முயற்சித்தது. அவற்றைத் தம் ஆட்சிக்குட்பட்ட இந்தியப் பகுதிகளில் செயல்படுத்த விளைந்தது. ஆனால், மனுவின் வர்ணச் சட்டகம் அனைத்துப் பகுதிகளிலும் பொருந்திப் போகவில்லை. குறிப்பாக, தமிழ்ப் பகுதி அல்லது தென்னிந்தியப் பகுதிக்குப் பொருந்தவில்லை. அதேவேளையில், தென்னிந்தியப் பகுதியில்தான் அதிகமான சாதிகள் புழக்கத்தில் இருந்தன. தென்னிந்தியச் சாதிகளை வருணத்திற்குள் அடக்க முடியாத நிலையில்தான் ஆங்கில அரசின் அதிகாரியான எல்லீஸ் தென்னிந்தியப் பகுதிகளுக்கான மனுதர்மநூலை இயற்றுவதற்கு மதுரையைச் சேர்ந்த கந்தசாமிப் புலவரைக் கேட்டுக்கொண்டார். அத்தோடு நில்லாத எல்லீஸ், The code of Hindu Law என்னும் கட்டுரையையும் எழுதினார். இது தமிழகத்தில் உள்ள சாதிக் குழுமங்களை வருணத்திற்குள் பொருத்துவதற்கான தொடக்க நிலைச் செயல்பாடாகும்.

சட்ட உருவாக்கச் செயல்பாடு நவீன அரசு சார்ந்து ஒருபுறத்தில் நடந்தபோது கல்வி வாயிலான நவீன சாதி உருவாக்கம் ஒன்றும் மறுபுறத்தில் நடந்தேறியது. கல்வி என்ற நவீனச் செயலாக்கம் பிராமணர் மற்றும் உயர்சாதி இந்துக்களைத் தாண்டித் தீண்டப்படாதக் குழுக்களுக்கு நேரடியாகச் செல்லக் கூடாது என்றே காலனியம் முதலில் கருதியது. 1813ஆம் ஆண்டின் பிரிட்டிஷ் பாராளுமன்றம் வெளியிட்ட அறிக்கையின்படி காலனிய ஆட்சி ஒவ்வொரு மாகாணத்திலேயும் கல்விச் சங்கம் என்ற ஒன்றை ஆரம்பித்தது. சென்னைக் கல்விச் சங்கம் 1812ஆம் ஆண்டும் பம்பாய் கல்விச் சங்கம் 1814ஆம் ஆண்டும் உருவாக்கப்பட்டன. இக்கல்விச் சங்கங்கள் வாயிலாக உருவாக்கப்பட்ட பள்ளிகளில் நிலச்சுவான்தார்கள், ஜமீன்தார்கள், சிற்றரசர்கள், வணிகர்கள், அரசின் உயர் பதவியில் இருந்தவர்கள், பிராமணர்கள் மற்றும் உயர் சாதி இந்துக்களுக்கு மட்டுமே கல்வி கொடுக்க வேண்டும் எனக் காலனிய நிர்வாகம் முடிவு செய்தது.

இவ்வகையில் சென்னைக் கல்விக் கழகத்தை வடிவமைத்தார் எல்லீஸ். இக்கல்விக் கழகத்தில் நியமிக்கப்பட்ட ஆசிரியர்கள் அனைவரும் பிராமணர்கள். தமிழ்ப் பாடத்திட்டத்திற்கு மட்டும் பிராமணரல்லாதார் ஒருவர் நியமனம் செய்யப்பட்டார். பம்பாய்க் கல்விச் சங்கத்தின் கீழ் இருந்த 4 பள்ளிகளில் 250 மாணவர்கள் படித்தனர். பம்பாய்க் கல்விக் கழகம் 1855இல் கலைக்கப்படுவதுவரை தலித் மாணவர் எவரும் அப்பள்ளிகளில் சேர்க்கப்படவில்லை. இதற்கான காரணத்தைப் பம்பாய்க் கல்விக் கழகம் தனது அறிக்கை ஒன்றின் மூலம் வெளிப்படுத்தியது. அதில், "மிக அடிமட்டத்திலுள்ள சாதியினர்தான் மிகச்சிறந்த மாணவர்களாக விளங்குகின்றனர் என்பதைச் சமயப் பரப்பாளர்கள் தெரிந்துகொண்டதாகக் கூறப்படுகின்றது. ஆனால், மேலே வருணிக்கப்பட்டவர்களை விசேஷமாக ஊக்குவிக்கும் விசயத்தில் நாம் எச்சரிக்கையாக இருக்க வேண்டும். அவர்கள் மிகவும் வெறுக்கப்படுபவர்கள் மட்டுமன்றி, சமுதாயத்தின் மாபெரும் பிரிவினர்களில் குறைந்த எண்ணிக்கையில் இருப்பவர்கள். நமது கல்வி முறை முதலில் இவர்களிடம் வேரூன்றுமானால், அது ஒருபோதும் மேற்கொண்டு விரிவடையாது என்றும், ஆனால் இந்த நல்ல வாய்ப்பு எவருக்குக் கிட்டுவது விரும்பத்தக்கதாக இருக்குமோ அந்தச் சாதிகளால் வெறுக்கப்படும், இழிவாகக் கருதப்படும் ஒரு புதிய வகுப்பினரின் தலைமையின் கீழ் நாம் இருப்பதைக் காண்போம். நமது இராணுவத்தையோ அல்லது மக்களின் ஒரு பகுதியினருடன் நம்மைப் பிணைத்துக் கொள்வதையோ

நமது ஆட்சிக்கு ஆதாரமாகக் கொள்வதுடன் நாம் மனநிறைவு அடைவோமானால், அதனை மேலும் விரிவடைந்த அடித்தளத்தின் மீது அமைக்கவிருக்கும் நமது ஒவ்வொரு முயற்சிக்கும் அது முரண்பாடானதாக, ஒவ்வாததாக இருக்கும்" என்றும் (அம்பேத்கர் நூல் தொகுதி 23, பக்.148) அவ்வறிக்கை கூறியது.

இவ்வாறுதான் காலனிய நிர்வாகம் இங்கிருந்த சாதிகளில் மிகக் குறிப்பிட்ட அதிகாரச் சாதிகளை மட்டும் நவீனக் கல்வியின் மூலம் வளர்த்தெடுக்க முயன்றது. இதன் பொருட்டே வேலை வாய்ப்பினூடான புதிய வர்க்க விரிவாக்கத்தில் மத இந்துக்களான பிராமணர்களும் பண்பாட்டு அதிகாரச் சாதியான வேளாளர்களும் இணைந்து கொண்டனர். இவ்வாறு நவீன மாற்றங்கள் வழியிலான வாய்ப்புகள் தீண்டப்படாத பரப்பிற்குச் சென்றடைவதில் காலனியம் ஆர்வம் காட்டவில்லை. தொடக்க நிலையில் இராணுவத்தில் அமர்த்தப்பட்ட தலித்துகள் 1890க்குப் பின்னர் நிறுத்தப்பட்டனர். இதற்குக் காலனிய நிர்வாகம் கொணர்ந்த ஒருங்கிணைப்புக் கோட்பாடு எனும் இராணுவக் கொள்கையே காரணமாகும்.

காலனியத்தின் நிலப் பகிர்மான முறையும் கூடச் சாதியை மையமாகக் கொண்டே உருவாக்கப்பட்டது. எல்லீஸ், "மிராசுதாரர் உரிமை" எனும் கட்டுரையின் மூலம் சில முடிவுகளை முன் வைத்தார். அதில், தரிசு நிலங்கள் அனைத்தும் மிராசுகளுக்குச் சொந்தம் என்று வாதிட்டார். ஓர் ஊரில் உள்ள மிராசுதாரர்களுக்கு அவ்வூரின் புறம்போக்கு நிலம் அனைத்தும் சொந்தம் என்பது இதன் கருத்தாகும். இது சாதியமைப்பின் வலுவை அதிகப்படுத்தியது. இப்போக்கை நவீன அரசு சட்டத்தின் வாயிலாக உறுதிப்படுத்தியது. எல்லீசுக்குச் சற்றுப் பிந்தியவரான மன்ரோ புறம்போக்கு நிலங்களை அரசு நிலம் என்று மாற்றினார். ஆனால், மன்ரோவின் கருத்துகள் அமலாக்கப்படுவதற்குள் பண்பாட்டு அதிகாரச் சாதிகள் நிலங்களைத் தங்கள் பொறுப்பின் கீழ் கொணர்ந்தன.

பண்ணையடிமை முறையைக் காலனிய நிர்வாகிகள் ஆதரித்தனர். அடிமை வாணிகம் என்பதில் காலனியம் ஈடுபாடு காட்டவும் செய்தது. அடிமை வணிகத்தில் உழைக்கும் தலித் சாதிகள் மட்டுமே ஈடுபடுத்தப்பட்டன. இப்போது காலனியம் தமிழ் நிலத்தில் புதிய வணிகப் பரப்பை அறிமுகப்படுத்தியது. இதன் தொடர்ச்சியாகத்தான் காலனியத்தின் குடிமதிப்புக் கணக்கெடுப்பு நோக்கத்தையும் பார்க்க வேண்டியுள்ளது. காலனியம் 1871ஆம் ஆண்டு முறைசாராக் கணக்கெடுப்பைத் தொடங்கியது. 1881ஆம்

ஆண்டிலிருந்து பத்தாண்டுகளுக்கு ஒருமுறையென முறைசார் கணக்கெடுப்பு தொடங்கப்பட்டது. மனிதத் தலைகளை எண்ணத் தொடங்கிய காலனியத்திற்கு இதனடிப்படையில் இந்தியச் சமூகத்தை எவ்வாறு வகைப்படுத்துவது என்ற கேள்வி எழுந்தது. இந்தியச் சமூகத்தை வகைப்படுத்தும் அளவுகோலாகக் காலனிய அறிவாளிகள் மதத்தை முன்னிலைப்படுத்தினர். இன்றைய இந்து மத உருவாக்கம் இவ்வாறுதான் தொடங்கியது. இங்கிருக்கும் அனைத்துப் பகுதி மனிதர்களும் மதச் சட்டகத்திற்கு உள்ளாகத்தான் தங்களது வழிபாட்டு உரிமையை வைத்திருக்க முடியும் என்பதே காலனியத்தின் நம்பிக்கையாக இருந்தது.

கிறித்தவம், இஸ்லாம் முதலான ஒற்றைக் கோட்பாட்டுச் சமயங்களை அறிந்திருந்த ஆங்கிலேயர்கள் அத்தகைய அறிதலை இங்கும் பொருத்திப்பார்த்தனர். அதன் வாயிலாக ஒற்றை மதம் எனும் நிறுவனக் கருத்தியலை இந்தியப் பகுதிக்குக் கட்டாயமாக்கினர். அதுவரையிலும் பெரும்பான்மையான மக்கள் சிறு சிறு குழுக்களாகவும், குடும்பங்களாகவும் வாழ்ந்து வந்தனர். ஒன்றுபடுத்தப்பட்ட அரசமைப்போ சட்ட திட்டங்களோ இந்தியச் சூழலில் அறியப்படாத ஒன்றாகும். இந்திய மக்கள் தொகுதியினர் சாதி, சாமி, சடங்கு ஆகியவற்றை மட்டுமே தத்தமது அடையாளங்களாகக் கொண்டிருந்தனர். சிறு சிறு புதிய அடையாளங்களுக்கு மாறும்படி காலனியத்தின் அணுகுமுறை அமைந்திருந்தது. இவ்வாறுதான் இந்து எனும் பெரும் மத வகைமை உருவாகியது. அதற்கென எளிமையான அளவுகோலை காலனியம் முன்வைத்தது. இஸ்லாமியர்கள், இந்தியக் கிறித்தவர்கள், ஐரோப்பியர்கள், சீக்கியர்கள், சமணர்கள், பார்சிகள், பௌத்தர்கள் எனும் வகைமைக்குள் வராத அனைவரையும் 'இந்துக்கள்' என்று காலனியம் பொதுமைப்படுத்தியது.

அதாவது ஸ்மார்த்தம், சைவம், வைணவம், நாட்டுப்புற வழிபாடு என்பதான பல்வேறு வகைமை அனைத்தையும் ஒன்றாக்கி, அதற்கு 'இந்து' என்று காலனியம் பெயர் சூட்டியது. மேற்குறித்த வகைமைகளுக்குள் பலவித உட்பிரிவுகளும் உண்டு. அதேவேளையில் இத்தகைய பிரிவுகளுக்குள் பல்வேறு வேறுபாடுகளும் முரண்பாடுகளும் உண்டு. அம்முரண்கள் தத்துவ ரீதியிலும் வழிபாட்டு ரீதியிலும் இன்றுவரை தொடர்கின்றன. எனினும், இத்தகைய முரண்பாடுகளைக் காலனியம் அறிந்ததா? என்ற கேள்வி பலரால் எழுப்பப்படுகின்றன. முரண்பாடுகளற்ற ஒற்றை வடிவமான இந்து மதம் என்னும் உருவாக்கம்தான் இன்றைய மதப்

பெரும்பான்மைவாதத் தன்மைக்கும் அதன் வழியிலான அடிப்படை வாதத்திற்கும் இட்டு வந்திருக்கின்றன. இந்துப் பெரும்பான்மைவாத வடிவத்தை வழங்கிய காலனியமே இந்துமதத்தின் கோட்பாட்டுத் தன்மையையும் வடிவமைத்தது.

யூதம், கிறித்தவம், இஸ்லாம் ஆகியவை புனித நூல்களின் வாயிலாக உருவான மதங்களாகும். இந்தியாவில் உருவான மதங்கள் எவற்றிற்கும் புனித நூல் என்ற ஒற்றைப் பனுவல் கிடையாது. சீக்கியத்தின் புனித நூல் இஸ்லாத்தின் பின்புலத்திலிருந்து வடிவமைக்கப்பட்டது. அதைப்போன்று கிறித்தவப் பின்புலத்திலிருந்துதான் இந்துமதத்திற்கான புனித நூல் உருவாக்க முயற்சிகள் மேற்கொள்ளப்பட்டன. வேதங்கள் காலனிய காலத்தில்தான் இந்து மதத்தின் தொன்ம நிலைக்கு இழுத்து வரப்பட்டன. அதுவரை வேதங்கள் பிராமணீயத்தின் அல்லது பிராமணர்களின் புனித நூலாக மட்டுமே அறியப்பட்டிருந்தன. தமிழில் தொழிற்பட்ட சைவத்திற்கான மூலநூல் என்பதும் கிறித்துவ பைபிள் வடிவிலான 'போலச் செய்தல்'தான். புனித நூல் எனும் கருத்தாக்கம் கிறித்துவத்தின் தாக்கத்தால் உருவானதாகும். இங்கு வட்டார ரீதியிலான சைவ, வைணவப் புனித நூல்களைப் புறந்தள்ளி, காலனியம் உருவாக்கிய இந்து வரையறையின் புனித நூல் வடிவத்திற்கு வேதங்கள் கொணரப்பட்டதையும் 'பகவத்கீதை' என்ற நவீனப் புனித நூல் கண்டுபிடிப்பையும் காலனியத்தின் கொடைகளாகவே பார்க்க வேண்டும்.

காலனியத்தின் மக்கள் தொகை கணக்கெடுப்பின் வழி சாதிப் பெரும்பான்மை வாதமும் தலை தூக்கியது. முறைசார் கணக்கெடுப்புத் தொடங்கிய தருணத்தில் தமிழகத்தின் வடபகுதியிலும் தென் பகுதியிலும் சாதிப் பெரும்பான்மையுடன் கூடிய வருணச் சேர்ப்பு உருவானது. நான்கு வர்ணப் பகுப்பில் பிராமணருக்கு அடுத்த நிலை சத்திரியர் என்பதாகும். ஆனால், நான்கு வர்ணப் பகுப்பு எனும் கோட்பாடு தமிழகத்தில் நடைமுறையில் இருந்ததில்லை. காலனியத்தின் வழி நான்கு வருணப்பகுப்பு இந்தியா முழுமைக்கும் விரிந்தபோது தமிழ்ச் சாதிகள் அவற்றைச் சுவீகரித்துக் கொள்ள முயன்றன. ஒருபுறத்தில் வேளாளர்களை ஒருங்கிணைக்கும் முயற்சி எழுந்தது. இவ்வேலைத்திட்டத்தில் பேராசிரியர் பி.சுந்தரம் உள்ளிட்ட நவீனக் கல்வி கற்ற வேளாளர் சாதி அறிவாளிகள் இறங்கினர். தமிழ் வரலாறும் அறிவுத் தோற்றமும் பிராமணர்களிடமிருந்து துவங்குவதை இவர்கள் கடுமையாக எதிர்த்தனர். தமிழ் அடையாளத்தின் துவக்கம் வேளாளர் சாதியிடமிருந்தே துவங்கப்பட வேண்டும் என்பது

அவர்களது வாதம். மறுபுறத்தில் வடபகுதி 'பள்ளிகளும்'தென்பகுதி 'சாணர்களும்' தங்களைச் சத்திரியர்கள் என அழைத்துக் கொண்டனர். இச்சாதிகளுக்கென்று துவங்கப்பட்ட அமைப்புகள் இம்முயற்சிகளில் இறங்கின.

'பள்ளிகள்' மற்றும் 'சாணார்' சாதியினர் மேற்கொண்ட இவ்வுரிமைக் கோரலை வேளாளர் அறிவாளிகள் ஏற்க மறுத்தனர் அல்லது நிராகரித்தனர். நான்கு வருணப்பகுப்பிற்குள் அடித்தள சாதிகள் நுழைவதை நிராகரித்துக்கொண்டே, வேளாள சாதிக்கான இடத்தை வருணத்தில் தேடினார் பேராசிரியர் பி.சுந்தரம். வேளாளர்களை வைசியப் பிரிவில் நிலைபெறச் செய்ய வேண்டும் என்று விரும்பினார். இவர்தான் ஆரிய அறிவு மேலாண்மையை இடைமறிக்கவும் செய்தார். வேளாள அறிவாளிகளின் இரட்டைத் தன்மை காலனியகாலம் முழுவதும் விரிந்து கிடப்பதின் உதாரணமாக இதனைக் கொள்ளலாம். ஆனால், நான்கு வருண மறுப்பை அன்றைய அடித்தளச் சாதிகளோ அல்லது வேளாளச் சாதியோ மேற்கொள்ள எத்தனிக்கவில்லை. வருணங்களை ஒத்துக்கொண்டு, அவற்றிற்குள் தத்தமது சாதிகளின் அடையாளங்களைப் பொருத்தும் செயல்பாட்டில் இறங்கியதோடு, ஒருவிதப் பெருஞ்சாதி ஒருங்கிணைப்பு ஒன்றைக் கட்டவும் முயன்றன. இத்தகைய முரண்பட்ட வேலைத்திட்டத்திற்கு மத்தியில் வேளாளர் சாதி அறிவாளிகள் பலரும் வேளாளர் சாதியைத் தமிழ் அடையாளத்தின் தலைமையாக நிறுத்திக் கொள்ளத்தக்க பேச்சுகள், ஆய்வுகள், அரசியல் நடவடிக்கைகள் முதலானவற்றில் ஈடுபட்டனர். வேளாளர் சாதி தமிழ் அதிகாரப்புலத்தில் முதல் நிலைக்கு வந்த சூட்சுமம் இவ்வாறுதான் நடைபெற்றது.

பத்தொன்பதாம் நூற்றாண்டை ஒட்டியே இருபதாம் நூற்றாண்டின் காலனியச் செயல்பாடுகளும் அவற்றை ஏற்றுத் தமிழில் நடந்த அறிவுச் செயல்பாடுகளும் ஒருங்கே இணைய முற்பட்டன. அரசாங்கம் என்ற நிர்வாக வடிவத்தின் கீழ் காலனியம் நவீன வேலைவாய்ப்புகளை உருவாக்கியது. மக்கள் பிரதிநிதிகளைத் தேர்தல் மூலம் தேர்ந்தெடுக்கும் முறையையும் அறிமுகப்படுத்தியது. இவ்வாறு உருவாக்கப்பட்ட நவீன வேலைவாய்ப்பு மற்றும் மக்கள் பிரதிநிதித்துவம் முதலானவற்றினுள் உள்நுழைந்து கொண்ட பிராமணர் சாதி, தன்னைப் புதிய வர்க்கமாக வடித்தெடுத்துக்கொண்டது. பிராமணர் சாதியின் இந்த மேலாண்மையைப் பிராமணரல்லாதார் எனும் பெரும் சொல்லாடலால் சாதி இந்துக்கள் இடைமறிக்க முற்பட்டனர். அதுவே பின்னாளில் பிராமணர் அல்லாதார் இயக்கமாகியது.

பிராமணர் சாதி காலனிய அறிவுச் சாதனங்களின் ஊடாகத் தன்னை நவீன வர்க்கமாக ஒருங்கமைத்துக் கொண்டு முன்னேறியது. காலனியத்தால் உருவாக்கப்பட்ட மதப் பெரும்பான்மைவாதம் பிராமணர்களுக்குக் கைகொடுத்தது. காலனியம் ஏற்றுக்கொண்ட வருணப்பகுப்பை இந்தியப் பண்பாக அல்லது இந்திய அடையாளமாகப் பிராமணர்கள் கொண்டாடினர். வருணமுகத்தோடு உருப்பெற்ற சாதிப் பெரும்பான்மைச் செயல்பாட்டை நமட்டுச் சிரிப்புடன் வரவேற்கவும் செய்தனர். வருண அடிப்படையில் பிராமணர்கள் சாதியமைப்பின் முதன்மை இடத்தைப் பெற்றனர். வேறு சாதிகளும் பிராமண சாதியின் முதன்மைப் பாத்திரத்தைக் கீழிறக்க முயலவில்லை. மாறாக, அதனை ஏற்கவே செய்தன. இந்நிலையில் 'சாதி ஒழிப்பு' எனும் நவீனச் சொல்லாடல் பிராமணர் புலத்திலோ பிராமணர் அல்லாதார் புலத்திலோ தொழிற்படவில்லை. ஆனால், பிராமண மேலாண்மையை எதிர்த்த வேளாளர் ஒருங்கமைப்பு மட்டும் உருவானது. வேளாளர் ஒருங்கமைவு பிராமண எதிர்ப்பை மட்டுமே பேசியது. மாறாக, அது சாதி ஒழிப்பு என்ற நவீனக் கருத்தாக்கத்தை உள்வாங்கவில்லை.

மேற்சொன்ன செயல்பாடுகள் நடைபெற்ற தருணத்தில் தீண்டப்படாத குழுவினர் பல்வேறு இடங்களில் ஒருங்கிணைந்தனர். பிராமண மேலாண்மைக்கு எதிராக நவீன அறிவுசார் பின்னணியில் உருவான ஜனநாயகக் கோரிக்கைகளில் ஆர்வம் காட்டினர். இட ஒதுக்கீடு, தனித்தொகுதி போன்றவை இதன் வகைப்பட்டதேயாகும். அதேவேளையில், வைதீக மேலாண்மைக்கு எதிராகப் பல்வேறு சிறு மரபுகளை, அவைதீகத் தன்மைகளை, எதிர்க் குரல்களைத் தேடினர். அத்தொன்ம மரபுகளை நவீனகாலச் சாதிமறுப்புக் கருத்தியலோடு இணைத்து விளக்கினர். அதோடு, நவீன வர்க்க உருவாக்கத்தில் செயல்படத் தொடங்கிய சாதிய மேலாண்மையையும் எதிர்க்கத் தலைப்பட்டனர். இவ்வாறு அறிவுப்புலத்திலும் நடைமுறை சார் நவீன உருவாக்கத்திலும் பட்டியல் இனக்குழுக்கள் சாதியைப் பேசு பொருளாக மாற்ற முயன்றன. இந்து மத உருவாக்கத்தையும் சாதி உருவாக்கத்தையும் ஒரு சேர விமர்சித்த போக்குப் பட்டியல் இன அமைப்புகளிடம் இவ்வாறுதான் கால்கொண்டது.

தலித்துகளின் இத்தகைய அரசியல் முயற்சிகளுக்குப் பின்பே பிராமணரல்லாதார் எனும் அரசியல் அடையாளம் உருவானது. ஆனால், இந்து எனும் சொல் வெளிப்படுத்தும் பொருளும் பிராமணல்லாதார் வெளிப்படுத்தும் பொருளும் ஏறக்குறைய

ஒத்திருந்தது. யாரெல்லாம் கிறிஸ்தவர், இஸ்லாமியர், சீக்கியர், சமணர், பௌத்தர் இல்லையோ அவர்கள் அனைவரையும் இந்துக்கள் என்று காலனியம் வரையறுத்தது. இந்த வரையறைக்குள் அன்றைய தீண்டப்படாத குழுக்களுக்கும் இடம் இருந்தது. அதே போல பிராமணரல்லாதார் என்னும் வரையறையும்கூட யாரெல்லாம் 'பிராமணர் இல்லையோ' என்றே வரையறுத்தது. மேற்குறித்த வரையறைக்குள்ளும் தீண்டப்படாத குழுக்களுக்கு இடம் இருந்தது. இவ்வாறு காலனியமும், பிராமணரல்லாதார் அறிவும் எதிர்மறைத் தன்மையை வைத்தே வரையறையைக் கட்டமைத்தன. இத்தகைய எதிர்மறை வரையறை மதப் பெரும்பான்மையையும் சாதிப் பெரும்பான்மையையும் வளர்த்தெடுக்கவே பயன்பட்டது. மாறாக, சாதி கடந்த பொது அடையாளம் ஒன்றை உருவாக்க எதிர்மறை வரையறை உதவாமல் போய்விட்டது. இந்நிலையில் நவீன சனநாயகக் கருத்தியல் அடிப்படையிலான புதிய அடையாளங்களைத் தலித்துகள் நேர்மறைத்தன்மையுடன் வரையறுத்துக் கொண்டனர். தலித்துகளின் நேர்மறை அடையாளம் எதிர்மறை அடையாளம் உருவாக்கித் தந்த மதப்பெரும்பான்மைவாதம் மற்றும் சாதிப் பெரும்பான்மைவாதத்தை நேரடியாக எதிர்கொண்டது.

சென்னை உள்ளிட்ட புதிய தொழில் மையங்கள் சார்ந்து உருவான தலித் அறிவாளிகளில் பலரும் மேற்சொன்ன நவீனக் கருத்தியலோடு காலனிய அதிகாரத்தின் வழியாகப் பிராமணர்கள் ஆதிக்கம் பெற்ற போது அவர்களை எதிர்கொள்ளத் தலைப்பட்டனர். தலித்துகள் புதிய கருத்தியல் தெளிவோடு புதிய சமூகத் தொடர்பாடல்களில் இறங்கினர். அமைப்புகளையும் கட்டினர். ஆதித்தமிழன், திராவிடன், பறையன், தமிழன், ஆதிதிராவிடன் என்றெல்லாம் இவர்கள் கையாண்ட அடையாளங்களின் வழியாக ஒடுக்கப்பட்ட மக்களின் மேம்பாடு மட்டுமல்லாமல், சமத்துவம் பற்றிய குரலும் தொழிற்பட்டது. இந்தியத் தேசியம் உருவாகிவந்தபோதே அதன் பிராமணியச் சார்பையும் தமிழ் அடையாளம் பேணப்பட்டபோது அதன் வேளாளர் தன்மையையும் எதிர்கொண்டு, அதற்கு மாற்றான சொல்லாடல்களில் ஈடுபட்டனர். சைவத்திற்குப் பதில் பௌத்தம், வேளாளார் - பிராமணர்களுக்கு எதிர் திராவிடன், தமிழன் என்று பேசினர். 1881ஆம் ஆண்டு குடிமதிப்புக் கணக்கெடுப்பாளரிடம் தங்களைப் பூர்வ தமிழர் என்று அயோத்திதாசர் பதிவு செய்யக் கோரினார். பிறகு காலனிய வரலாற்றெழுதியல் வழியாக உறுதியாக்கம் பெற்ற பூர்வ திராவிடர் என்ற அடையாளத்தைக் கோரினார். அதேவேளையில், சைவ உள்ளடக்கம் கொண்டோர் தமிழ்

அதிகாரச் சாதியாக மாற முற்பட்டபோது, மத ஆசாரத்தையும் சாதி ஆசாரத்தையும் துறக்காமல், 'நன்பிராமின்' (பிராமணரல்லாதோர்) என்று கூறுவது வீண் என்றார் அயோத்திதாசர். மொத்தத் தமிழ்ச் சாதிகளையும் குறிப்பதாகத் திராவிடர் என்ற சொல் இருந்த நிலையில், அவர் 'சாதிபேதமற்ற திராவிடன்' 'சாதி பேதமுள்ள திராவிடன்' என்ற பகுப்பையும் முன்வைத்தார். அதன் மூலம், உருவாகிவந்த பிராமணரல்லாதார் அரசியலை அவர் விமர்சனப்பூர்வமாக அணுகியதாகத் தெரியவருகிறது.

இதைப்போன்று பல்வேறு அடையாளச் சொல்லாடல்களும் வெவ்வேறு தீண்டப்படாத குழுக்களால் கட்டப்பட்டன. அத்தகைய அடையாளச் செயல்பாடுகள் சமத்துவம் என்ற அம்சத்தையே அடிப்படையாகக் கொண்டிருந்தன. அக்காலத்தில் இக்குழுவினர் தங்கள் சாதிக்கான கோரிக்கைகளை மட்டுமல்லாது, தேசியம் என்ற பெயரில் எழும்பி வந்த அடையாளங்களையும் இடைமறித்தனர். இவர்கள் தொடர்ந்து தொடுத்து வந்த விண்ணப்பங்களும், கோரிக்கைகளும் பின்னாளில் இந்தியர்களுக்கான அதிகாரப்பங்கீடு குறித்து ஆங்கிலேயர் முடிவெடுக்க முனைந்தபோது, "இந்தியாவின் நலன் ஒற்றையானதல்ல; ஒன்றுக்கொன்று முரண்படும் பல்வேறு வகுப்புகளின் நலன்களையும் கணக்கில் கொள்ள வேண்டும்" என்ற நிர்பந்தத்தை உருவாக்கின. இத்தகைய முன்னோடியான முயற்சிகளின் மூலம் தலித்துகள் இடஒதுக்கீட்டு நலனைப் பெற்றனர். பிற்காலத்தில் இந்திய அளவில் அம்பேத்கர் தீண்டப்படாதோர் அரசியல் தளத்தில் வெளிப்பட்டார். ஆங்காங்கு தனித்தனியே போராடிய தீண்டப்படாத குழுக்கள் 1920க்குப் பிறகு ஒரே பட்டியலில் (SC) அரசியல் ரீதியாக ஒருங்கிணைக்கப்பட்டன.

இச்சூழ்நிலையில்தான் தமிழகத்திலிருந்த பல்வேறு சாதிகளும் தங்களது சாதி மேம்பாட்டுப் பணிகளில் இறங்கின. அச்சுப்பண்பாடு மூலம் உருவாகிய புதிய வரலாற்று ஆதாரத்திற்கான எழுதுகையில் அவை ஈடுபட்டன. பிரிட்டிஷ்காரர்களின் அதிகார உருவாக்கமும் மக்கள் தொகைக் கணக்கெடுப்பும் இதற்கான தேவையைத் துரிதப்படுத்தின. இதனால், பல்வேறு வேதக் கடவுளர் கதைகளோடு தங்களை இணைத்துக்காட்டிக் கொண்டன. பிராமணரல்லாதவர்களைப் பிராமணர்கள் சூத்திரர் பகுப்பிலேயே வைத்தனர். மேலே சுட்டியதைப் போல இதற்கு எதிரான முயற்சிகளில் இறங்கிய வேளாளர்கள், தங்களைப் பிராமணரல்லாதோரின் தலைமைச் சாதியாகக் காட்டிக்கொண்டனர்.

வேளாளர்கள் இம்முயற்சிக்கான சச்சரவில் ஈடுபட்ட தருணத்தில் வேளாளர் தவிர்த்த ஏனைய சாதிக் குழுக்கள் அணுக்கமாகத் தங்களது நிலைகளை மாற்றிக்கொள்ள முயன்றன. தமிழ்ப்பகுதி செட்டியார்கள் தங்களை வைசியர்களாகப் பாவித்துக் கொண்டனர். வைசியப் பகுதியில் தங்களை வைத்துக் கொள்ள முற்பட்ட வேளாளர்களுடன் கொள்வினை, கொடுப்பினை வாயிலாகக் கலக்க முயன்றனர். இத்தருணத்தில் வேளாளர்களிடமிருந்து எதிர்ப்பு எழுந்தது. வேளாளர்களின் சுத்த இரத்தத்தைக் காப்பாற்ற மறைமலையடிகளைக் காரைக்குடி வேளாளர்கள் அணுகினர். நாட்டுக்கோட்டைச் செட்டிகள் வேளாளர்களுடன் கலக்க நினைப்பதை மறைமலையடிகள் ஏற்க மறுத்தார். அத்தோடு தமிழ்ச் சாதியின் தோற்ற நிலையினை வேளாளரிடமிருந்து துவங்கிய அவர், சாதி என்ற அமைப்பையே வேளாளர்கள்தான் உருவாக்கினர் எனவும் எழுதினார். கூடவே, தமிழர் நாகரிகம் என்பது வேளாளர் நாகரிகமே எனவும் பதிவு செய்தார். எனினும், பத்தொன்பதாம் நூற்றாண்டில் பாய்ச்சலோடு பயணமான வைதீகத்தின் நான்கு வருணத்தில் வைசிய வருணம் வேளாளருக்கானது என மறைமலையடிகள் அறிவித்தார். வேறு சில வேளாளர் சாதி அறிவாளிகள் பிராமண எதிர்ப்பு என்பதற்குள் நின்றுகொண்டு தங்களைச் ‘சற்சூத்திரர்’ என்றழைத்துக்கொண்டனர். பிராமண எதிர்ப்பு, சைவப்புணருத்தாரணம், சைவத்தை இந்து அடையாளத்திற்குள் இணைத்துக் கொள்வது, வேளாளர்களைத் தூய சாதியாகப் பாவித்தல் என்பதான பணிகளை ஈழத்து ஆறுமுக நாவலர், பேராசிரியர் பி.சுந்தரம், ஜெ.நல்லுசாமி மற்றும் மறைமலையடிகள் ஆகியோர் வெவ்வேறு நிலைகளிலிருந்து மேற்கொண்டனர்.

வேளாள சாதி உருவாக்கம் நடைபெற்றதைப் போன்று இடைநிலைச் சாதிகளாக அறியப்படும் சில சாதிகள் தத்தமது சாதிகளை மறுநிர்மாணத்திற்கு உட்படுத்தின. பத்தொன்பதாம் நூற்றாண்டின் தொடக்கத்தில் கம்மாளர் சாதி மறுநிர்மாண வேலைத் திட்டத்தில் கவனம் குவித்தது. சிற்பத் தொழிலில் ஈடுபாடு கொண்ட கம்மாளர்கள் ஆகம விதிப்படி கோயில்களையும் அவற்றுள் உள்ள சிலைகளையும் நிர்மாணித்து வந்தனர். கம்மாளர்கள் சிற்பம் மற்றும் ஆகம விதியினால் அமைந்த கோயில்களின் நிர்மாணம் எத்தன்மையில் அமைய வேண்டும் என்பதற்கான விதிகளைத் தமிழிலும் சமஸ்கிருதத்திலும் பொதித்து வைத்திருந்தனர். இதன் பொருட்டே கம்மாளர்கள் மத்தியில் சமஸ்கிருத மொழி புழங்கியது. சமூகத்தில் உயர்ந்த நிலையில் இருந்தபோதும், கம்மாளர்களுக்குக்

கோயில் நுழைவு மறுக்கப்பட்டிருந்தது என்பதை வழக்குரைஞர் பி.சிதம்பரம் பதிவு செய்கிறார்.

கம்மாளர்கள் தங்களை உயர் சாதியினர் என்பதை நிறுவ இரண்டு வேலைகளில் ஈடுபட்டனர். கர்னாடக இசையைக் கைப்பற்றுதல் முதன்மையானது. இக்காலகட்டத்தில் பிராமணர்கள் தமிழ்ச் செவ்வியல் இசையான கர்னாடக சங்கீகதத்தைக் கைப்பற்றி இருந்தனர். கர்னாடக சங்கீதம் பிராமணர்களின் புதிய பண்பாட்டு அடையாளமாக உருப்பெற்றது. ஓதுவார், பட்டர், நட்டுவனார், இசை வேளாளர் எனும் தமிழ்ச் சாதிக் குழுக்களிடம் இருந்த தமிழ்ச் செவ்வியல் இசை நாயக்கர் காலத்தில் பிராமணர்களால் கைப்பற்றப்பட்டது. வாய்ப்பாட்டுக்காரர்களாகத் தங்களை வளர்த்துக் கொள்ளாத பிராமணர்கள் பனுவலாக்க முயற்சியில் மட்டுமே ஈடுபடலாயினர். பத்தொன்பதாம் நூற்றாண்டில்தான் தியாகராயர் வாய்ப்பாட்டு இசையில் கவனம் குவித்தார். இதனால் தான் “நூறு ஆண்டுகளுக்கு முன்பு வரை பிராமணர்கள் இசைத் துறைக்கு வந்ததில்லை” என ஆபிரகாம் பண்டிதர் 1912இல் எழுதினார்.

பத்தொன்பதாம் நூற்றாண்டின் சமூக அதிகார உருவாக்கத்தில் செவ்வியல் இசையும் முக்கியப் பங்காற்றியதை அறிந்த கம்மாளர்கள், கர்னாடக இசையை நோக்கிக் கவனம் குவித்தனர். கணிசமான வாய்ப்பாட்டுக்காரர்கள் கம்மாளர்களிடமிருந்து உருவாகினர். அப்போது கர்னாடக சங்கீதப் பனுவல்களைத் தெலுங்கு பிராமணர்கள் தெலுங்கு மொழியில் எழுதிய தருணத்தில், கம்மாளர்கள் சமஸ்கிருத மொழியில் கணிசமான நூல்களை எழுதினர். இதன் வாயிலாகச் சமூக அதிகாரத்தில் தங்களுக்கான இருப்பினை நிலைநிறுத்த கம்மாளர்கள் முயன்றனர்.

இரண்டாவது நிகழ்வாக, தங்களை விஸ்வ பிராமணன் என்று அழைத்துக்கொண்டு, பூநூல் அணியும் உரிமையைக் கோரினர். இதற்காக அவர்கள் நீதிமன்றத்தில் வழக்குத் தொடுத்ததோடு, பிராமணர்களுக்கு இணையான சமூக அதிகாரத்தைக் கோரவும் செய்தனர். வரலாற்றில் இவ்வழக்கு ‘சித்தூர் அதாலத் கோர்ட் வழக்கு’ எனக் குறிப்பிடப்படுகிறது. ஒரு விதத்தில் கலவரங்களோ உயிர்ப்பலிகளோ நடைபெறாமல், கம்மாளர்கள் தமது வேலைத் திட்டத்தை அமைத்துக்கொண்டனர். பிராமணர்களின் சமூக அதிகாரத்தை இடையீடு செய்து, பாரம்பரிய அதிகாரத்தை உறுதி செய்ய கம்மாளர்கள் காலனியத்தின் நவீன வடிவங்களைப் பயன்படுத்திக்கொண்டனர். எனினும், கம்மாளர்கள்

பிராமணர்களோடு போட்டியிட்டுத் தங்களை அவர்களுக்கிணையாக நிறுத்திக் கொண்டார்களே ஒழிய, அவர்களின் சமூக அதிகாரத்தை மறுத்தொதுக்கவில்லை. அத்தோடு தங்களை விஸ்வகர்மா எனவும் அடையாளப்படுத்திக் கொண்டனர்.

குலச் சத்திரியர்கள் எனும் சாதிப் பெரும்பான்மை உருப்பெற்றது. பள்ளிகள் என்றழைக்கப்பட்ட விவசாயக்குடிகள் காலனியக் காலத்தில் தீண்டப்படாத சாதிகளுள் ஒன்றாக அடையாளப்படுத்தப்பட்டது. இவர்கள் ஊர்களின் புறத்தே வசித்தனர். இவர்களைப் போன்று பறையர் மற்றும் பள்ளர் சாதிகளைச் சேர்ந்த விவசாயக்குடிகளும் ஊர்களின் புறத்தே நிறுத்தி வைக்கப்பட்டனர். பறையர், பள்ளர், பள்ளி என்பதான சாதிகளைக் காலனிய அறிவாளிகள் புறக்குடிகள் அல்லது பறைக்குடிகள் என்று அடையாளப்படுத்தினர். பாயக்காரர்கள் அல்லது பாயிரக்காரர்கள் என்போர் உள்குடிகள் என அழைக்கப்பட்டனர். ஊர்க்குடிகள் என்ற பெயரில் நிலங்களைச் சொந்தமாகக் கொண்ட பிராமணர்கள், வேளாளர்கள், முதலியார்கள், கவுண்டர்கள், நாயுடுகள், ரெட்டிகள் முதலான சாதியினர் அழைக்கப்பட்டனர்.

பறைக்குடிகள் என்ற வகைப்பாட்டில் இருந்த பள்ளி எனும் சாதி படியாட்கள் என்று அழைக்கப்பட்டனர். இந்தப் படியாட்கள் கொத்தடிமைகள் ஆவர். காலனியத்தின் தொடக்க நிலையிலிருந்து இருபதாம் நூற்றாண்டின் முதல் இருபது ஆண்டுகள் வரை பறையர்களுக்கும் பள்ளிகளுக்கும் நிலம் சொந்தமாகவில்லை. பிராமணர்கள் தங்களது நிலங்களில் பறையர்களைத் தவிர்த்து, பள்ளிகளை மட்டுமே வேலைக்கு அமர்த்தினர். பள்ளிகளும் பிராமண ஆண்டைகளை அண்டிப் பிழைத்தனர். அதனாலேயே பள்ளிகள் கூலி உயர்வு என்பதானப் போராட்டங்களில் ஈடுபட்டதில்லை. "1940இலிருந்து கூலி உயர்வு குறித்துப் பேரம் பேசுவதனைத்தையும் பறையர்கள் மட்டுமே செய்து வந்தனர். பள்ளிகளோ கூலி உயர்வின் பயனை ஒருபுறம் பெற்றுக்கொண்டு, மறுபுறம்வேலைக்கு அமர்த்துபவர்களுக்குத் துணையாக அவர்கள் பக்கம் நின்றனர்" என்று எஸ்.எஸ்.சிவக்குமார், சித்ரா சிவக்குமார் ஆகியோர் குறிப்பிடுகின்றனர். ('சாதியும் வகுப்பும்' - கட்டுரை, மார்க்சியம் இன்று இதழ், மே-டிசம்பர் 1985) பிராமணர்கள் நவீன வேலைவாய்ப்புகளை முன்னிட்டு நகரமயமான தருணத்தில் அவர்களது நிலங்களைப் பள்ளிகளுக்குக் கொடுத்தனர் எனவும் அவர்கள் பதிவு செய்கின்றனர்.

தீண்டப்படாத வகைப்பாட்டில் இருந்த ஒரு சாதி தன்மீது சுமத்தப் பட்ட தீண்டாமை வடிவங்களையும் கொத்தடிமை முறைகளையும் களைந்துகொண்டு, நிலவுடைமையாளராகத் தன்னை மாற்றிக் கொண்டது. இதைப்போன்று தனது அடையாளத்தையும் மாற்றிக் கொண்டது. வசதி படைத்த பள்ளிகள், படையாட்சிகள், வடஆற்காடு மாவட்டத்தைச் சார்ந்த கவுண்டர்கள் மற்றும் சிலர் இணைந்து வன்னியர் குலச் சத்திரியர்கள் எனும் சாதிக் கூட்டு ஒன்றினை உருவாக்கினர். இக்கூட்டத்தினர் 15ஆம் நூற்றாண்டிற்கு முன் சோழ, பல்லவர்களிடையே நடந்த திருமணத்தின் விளைவாக வந்தவர்களின் வழித் தோன்றலாக, மரபுக் கொடியினை உடையவர்களாக உரிமை கொண்டாடுகின்றனர் (மேலது). காலனியக் காலத்தில் நிகழ்ந்த முதல் சாதிப் பெரும்பான்மை உருவாக்க நிகழ்வாக 'வன்னியர் குலச் சத்திரியர்கள்' என்னும் இந்தக் குழும உருவாக்கத்தைக் குறிப்பிடலாம். தீண்டப்படாத சாதி ஒன்று தன்னைப் பெரும் சாதி உருவாக்கத்திற்கு உட்படுத்தியது அப்போதுதான். வருணத்தின் முதல் தன்மையாகவும் அது தன்னை அடையாளப்படுத்திக் கொண்டது. இங்கு எத்தகைய போராட்டமும் முன்னெடுக்கப்படாமல், தீண்டப்படாத சாதி ஒன்று தீண்டத்தக்கதாக மாறிய நிகழ்வைப் பார்க்க முடிகிறது.

வடக்கில் உருவான சத்திரியர் அடையாளம் அதன் சமகாலத்தில் தெற்கிலும் அசைந்தாடியது. காலனிய காலத்தில் தீண்டாமைக்குட்பட்ட சாணார்கள் அதிலிருந்து விடுபட மிகக் கடுமையாகப் போராடினர். தென்திருவிதாங்கூரில் இருந்து அருப்புக்கோட்டை, கமுதி, கழுகுமலை, சிவகாசி வரையிலான இடங்களில் பெரும் கலவரங்கள் மேலெழுந்தன. இதனில் தென் திருவிதாங்கூர் போராட்டம் தன்மை அடிப்படையில் நவீன வடிவம் கொண்டிருந்தது. அன்றைய புலையர், பறையர், சாணார் முதலான தீண்டப்படாத சாதிப்பெண்கள் மார்பை மறைப்பதிலிருந்து விலக்கப்பட்டிருந்தனர். அதைப் போன்று பாலக்காடு பகுதியில் பிராமணப் பெண்கள் மார்பை மறைப்பதற்குப் பிராமண சாதி தடை விதித்திருந்ததை அப்போது பதிவு செய்கிறார். இன்னும் சில பகுதிகளில் நாயர் பெண்களுக்கும் அந்த உரிமை மறுக்கப்பட்டிருந்தது.

பிராமண மற்றும் நாயர் சாதிப் பெண்கள் தங்களின் கொடுமைகளுக்கு எதிராக எழவில்லை. ஆனால், தீண்டப்படாத குழுவினர் போராட்டக் களத்திற்கு வந்து சேர்ந்தனர். இப்போராட்டம் விதிக்கப்பட்ட சாதி அதிகாரத்தை மீறியதாகும். மரபுசார் சாதி அதிகாரத்தை மறுத்து, நவீனச் சமூகத்தை உருவாக்க முனையும்

தீண்டப்படாதவர்களின் போராட்டமாகும். இந்நிகழ்வின் மூலமாகப் புலையர்களோ அல்லது பறையர்களோ, சாணார்களோ தங்களின் அடையாளங்களை மரபுசார் வடிவில் கட்டமைக்க முயலவில்லை. மாறாக, அவர்கள் கிறித்துவம் என்ற நவீனத்திற்குள் உள்நுழைந்து கொண்டனர். ஆனால், சாணார்களின் ஒரு பகுதியினர் தங்களது நாட்டுப்புறத் தெய்வங்களை விடுத்து வைணவத்தன்மை கொண்ட வழிபாட்டிற்குச் சென்று சேர்ந்தனர். வரலாறு அதனை 'அய்யாவழி' என அடையாளப்படுத்துகிறது. கிறித்துவத்திற்குச் சென்ற சாணார்கள் வைதீக அடையாளங்களை உருவாக்காமல், தங்களைத் தனித்த சாதியாக வடிவமைத்துக் கொண்டனர். அய்யாவழி மூலமாகவும் கிறித்தவ நுழைவு வாயிலாகவும் சாணார்கள் தங்களது சாதியை வலுப்படுத்திக்கொண்டனர். சாதியை வலுப்படுத்தியதன் மூலமாக, சாணார்கள் கிறித்துவத்திற்குள் தீண்டாமையைப் புகுத்தித் தங்களை உயர் சாதியினராக உருமாற்றிக்கொண்டனர்.

தென் திருவிதாங்கூர் பகுதிக்கு வடக்கே தோன்றிய போராட்டம் நவீனப் பண்பைக் கொண்டிருக்கவில்லை. மரபுசார் பண்பாட்டிற்குள் தமது சாதிப் பண்பாட்டைப் புனிதப்படுத்தும் தன்மையையே கொண்டிருந்தது. தீண்டப்படாத தன்மையைக் களைந்து, தீண்டத்தக்க நிலைக்கு மாறும் பொருண்மையே அப்போராட்டத்தில் தொழிற்பட்டது. இதற்குச் சாணார்கள் கையில் எடுத்தவடிவம் கோயில் நுழைவாகும். கமுதியிலிருந்து சிவகாசி வரையிலான ஊர்களில் சாணார்கள் கோயில் நுழைவு முயற்சிகளில் ஈடுபட்டனர். அதனால் எழுந்த சாதிக் கலவரங்களில் பெருமளவிலான உயிரிழப்புகள் ஏற்பட்டன. சாணார்களின் இரத்தம் சிந்துதல் என்பது தங்களைத் தீண்டத்தக்கவர்களாக உருமாற்றிக் கொள்வதில் முடிந்தது. ஏனெனில், இங்கு கோயில் என்ற வடிவம் சாதிகளின் சமூக இருப்பை வரையறுக்கும் வெளியாகச் செயலாற்றுகிறது.

கோயிலைக் கைப்பற்றுதல் என்பதன் ஊடாகச் சாணார்கள் தங்களைச் சத்திரியர்கள் என அடையாளப்படுத்தினர். அதனை முன்வைத்து 1880இல் 'சத்திரியர் வினா—விடை' எனும் நூலை வெளியிட்டனர். கூடவே, சத்திரியர் எனும் பெயரில் பாடசாலைகளை நிறுவினர். பத்ரகாளியம்மன், வீரகாளியம்மன் என்பதான நிறுவன மரபுக்கு வெளியே இருந்த தெய்வங்களுக்கு நிறுவனக் கோயில்களை எழுப்பினர். அக்கோயில்களில் பிராமணர்களைப் பூசாரிகளாக ஆக்கினர். சாணார்கள் வகைப்பாட்டில் இருந்த

ஏனைய தீண்டப்படாதவர்களைக் கோயிலுக்குள் நுழைவதற்குத் தடை விதித்தனர். இதன் தொடர் நிகழ்வாக 1910ஆம் ஆண்டு பொறையாரில் 'நாடார்' என்னும் பெரும் சாதிக் கூட்டமைப்பு ஒன்றைக் கட்டி எழுப்பினர். இவ்வாறு நம்முடைய கவனத்திற்கு வராமல், பகுதிகள் சார்ந்து நவீன அதிகாரம் நோக்கிய சாதி இணைவுகள் ஏராளமாக நடந்திருக்கக்கூடிய வாய்ப்பிருக்கிறது.

20ஆம் நூற்றாண்டின் தொடக்கத்தில் பிறிதொருப் பிரச்சினையும் முன்னுக்கு வந்தது. 'பறையர்' எனும் சாதிக் குழுமத்தின் ஒன்றாக அறியப்பட்ட வள்ளுவர் சாதி அமைப்பு ஒன்று 1919ஆம் ஆண்டு வாக்கில், தான் பறையர் குழுமத்தின் பிரிவில் இல்லை என அறிவித்தது. வள்ளுவர் சாதிக்கும் பறையர் சாதிக்கும் இடையே எத்தகைய உறவும் இல்லை என்றது. தன்னைத் தமிழ்ச் சாதிகளின் தொன்மைப் பண்பாகக் கூறியது. கூடவே, வள்ளுவர் சாதியினர் பறையர்களைத் தொடக்கூடாது என்றும் அவர்களது சேரிகளுக்குப் போகக்கூடாது என்றும் கட்டுப்பாடுகளை அறிவித்துக் கொண்டது. இனிமேல் பறையர்களுடனான தொடர்ப் பாடல்களை நிறுத்த வேண்டும் என்றும் அவர்களுக்குப் பஞ்சாங்கம் முதலானவற்றைக் கூறக்கூடாதென்றும் தஞ்சாவூரில் கூடிய வள்ளுவர் சாதிச் சங்கம் துண்டறிக்கை வாயிலாகக் கேட்டுக் கொண்டது. இதுபோன்ற பல்வேறு விவாதங்கள் தமிழகத்தின் சில பகுதிகளில் பல்வேறு சாதிகள் சார்ந்து எழுந்தன. இத்தகைய முயற்சிகள் மூலம் நவீன அதிகாரக் காலகட்டத்தில் அதிகாரப்பூர்வ ஆவண வெளிக்குள் நுழைந்துகொண்ட சாதிகள், சமூகத்தில் நிலவிய உயர்வு தாழ்வு கருத்திற்கேற்பத் தத்தமது வேலைத் திட்டங்களை அமைத்துக் கொண்டன.

இங்கு விவாதத்திற்கு எடுத்துக்கொள்ளப்பட்ட சாதிகள் தத்தமது சாதி நலன்களில் மட்டுமே கவனம் கொண்டிருந்ததை அவதானிக்கலாம். காலனியக் காலச் சாதிகள் புற நெருக்கடிகள் வாயிலாகத் தங்களை ஒரு சமூகமாகத் தகவமைக்க முன்வரவில்லை. அகநெருக்கடிகளில் பிளவுபட்டிருந்த சாதிக் குழுக்கள் அவற்றிலிருந்து மீளுவதற்குப் புறநெருக்கடிகளைப் பயன்படுத்திக்கொண்டன. காலனியம் அறிமுகப்படுத்திய மதம், கல்வி, வேலைவாய்ப்பு ஆகியவற்றைக் கைக்கொண்டு, சாதிகள் தத்தமது அடையாளங்களைக் கட்டமைத்தன. அத்தகைய அடையாளங்களின் ஒரு பகுதி தமிழ்த் தொன்மையின் மூலம் கட்டமைக்கப்பட்டது. அதன் மறுபகுதி காலனியம் மறுகண்டுபிடிப்புச் செய்த வேதங்களில் புதைந்து

கொண்டது. ஒருபுறம் தமிழ் அடையாளம் மறுபுறம் வைதீகம் என்பதான அடையாளங்களாக அவை உருமாறின. தீண்டப்படாத சூழலிலிருந்து மெல்ல வெளியேறிச் சாதிப் பெரும்பான்மையைச் சில சாதிகள் உருவாக்கின என்பதை மேலே பார்த்தோம். அவற்றின் அடையாளங்களும் மேற்சொன்னவாறு உருவெடுத்தன. மொத்தத்தில் பார்க்கும்போது காலனிய அரசு சாதிகளைக் களைத்து நவீனச் சமூகம் ஒன்றை உருவாக்க முனையவில்லை. அதேவேளையில் சாதிகளைத் துறந்த சமூகமாக வடிவமெடுக்கச் சாதிகளும் விரும்பவில்லை.

கம்மாளர்கள், வேளாளர்கள், சாணார்கள், பள்ளிகள், நாட்டுக்கோட்டைச் செட்டிகள், வள்ளுவர்கள் என்பதான சாதிகள் தங்களது இருப்பைக் களைத்து ஒன்றுக்குள் ஒன்றாகப் பிணைத்துக் கொள்ள முயலவில்லை. அவை தத்தமது அகத்தைச் சாதிகளால் காத்துக் கொண்டன. இச்சாதிகள் அகமணத்தை உயிர்ப்புக் கொள்ளச் செய்தன. அதற்கான கதவடைப்புச் செயல்பாட்டினையும் மேற்கொண்டன. ஒரு குழு அகமணத்தையும் கதவடைப்பையும் ஒருங்கே மேற்கொள்ளும்போது தனித்த சாதியாக உருப்பெறுகிறது. இந்தக் கருத்தை ஆய்வுச் சூழலுக்கு வழங்கியவர் டாக்டர் அம்பேத்கர். காலனியக் காலத்துச் சாதிகள் டாக்டர் அம்பேத்கர் சாதி குறித்துக் கூறிய மேற்கண்ட வரையறையை மீறி நடந்து கொள்ளவில்லை. அதேபோலச் சாதிகள் படிநிலை வரிசையில் அமைந்துள்ளன என்பதும் டாக்டர் அம்பேத்கர் வழங்கிய பார்வையாகும். அவ்வாறு மேல், கீழ் வரிசையும் இச்சூழலில் கவனமாக மேற்கொள்ளப்பட்டன.

தீண்டப்படாத சாதிகளின் நகர்வை சமஸ்கிருதமயமாக்கல் என ஆய்வாளர்கள் மதிப்பிடுகின்றனர். இன்னும் சிலர், சாதிகள் நகர்ந்து சென்று மேலடுக்கில் தங்களுக்கான இடத்தை உறுதி செய்வதன் மூலம் சமூகத்தை ஜனநாயகப்படுத்துகின்றன என்கின்றனர். மேற்சொன்ன இரண்டு வரையறைகளும் விவாதங்களுக்குட்பட்டவையாகும். சாதிகள் வருணத்திற்குள் நுழைந்து கொண்டால் மட்டுமே தங்களைத் தீண்டத்தக்கதாக அறிவிக்க முடியும். வைதீகம் தீண்டத்தக்க, தீண்டத்தகாத என்னும் முரண்பாட்டின் கூட்டு வடிவமாகும். வைதீகத்தின் வருணக் கொள்கையை இந்தியா முழுமைக்கும் பரப்பியவர்கள் பிராமணர்கள் அல்ல. மாறாக, காலனிய அரசின் வேலைத்திட்டமே அப்பரவலுக்கு வழியமைத்தது. காலனிய அரசின் செயல்பாட்டை பிராமணியம் மனதார ஊக்குவித்துக்கொண்டே வந்தது. இங்கு வைதீகத்தின் முரண்கட்டமைப்பு அரச முரண் கட்டமைப்பாக உருமாறியது. முரணிலிருந்து இயக்கம் தோன்றும்.

ஆனால், இந்தியாவில் முரணிலிருந்து இயக்கம் தோன்றவில்லை. முரணின் ஒரு பகுதியிலிருந்து இன்னொரு பகுதிக்கு மாறிக் கொள்வதையே சாதிகள் விரும்பின. நவீனப் பொருளியல் வரவுகள் சாதிகளுக்கு வந்து சேர வேண்டுமெனில், அரசக் கருத்துருவை, வைதீகக் கருத்துருவை அவை ஏற்றுக்கொள்ள வேண்டியுள்ளன. நவீனமயப்படுத்தப்பட்ட அரசை சாதிகள் என்றும் எதிர்த்ததில்லை. அதுவே காலனியக் காலத்திலும் தொடர்ந்தது. அதைப்போன்று வைதீகம் எப்போதும் அரசுடனே ஒட்டிக்கொள்ளும். அரசும் வைதீகத்துடன் ஒட்டிக்கொள்ளும். அதிகாரமும் உழைப்புச் சுரண்டலும் அரசிற்கானது. அதிகாரத்தையும் சுரண்டலையும் புனிதப்படுத்தும் செயல் வைதீகத்திற்கானது. இரண்டு நிகழ்வுகளும் காலனியக் காலத்திலும் தொடர்ந்தன. எனினும், காலனியக் காலச் சாதிகளின் மாற்றங்களுக்குக் காலனியத்தின் பங்களிப்பை மேலும் அதிகமாக ஆராய வேண்டும்.

மேலடுக்குகளுக்கு நகர்ந்த கம்மாளர் தொடங்கி சாணார் வரையிலான சாதிகள் ஜனநாயகம் என்ற ஒன்றைப்பேசினவா? எனக் கேட்டால், இல்லை எனலாம். காலனியம் உருவாக்கிய பொதுவெளி என்பதில் அனைவரும் பங்கெடுப்பதை ஜனநாயகம் எனலாம். இங்கு காலனியம் உருவாக்கிய பொதுவெளியில் அனைவருக்கும் இடமிருந்ததா? பொதுவெளியில் எல்லோரும் இடம்பெறக் காலனியச் சூழல் எந்தளவிற்கு இடம் கொடுத்தது? என்பதான கேள்விகளைக் கேட்க வேண்டியுள்ளது. கல்விக் கூடங்கள், சாலைகள், வேலைவாய்ப்புகள் போன்றவற்றில் தீண்டப்படாதவர்களைக் காலனியம் எவ்வாறு வழி நடத்தியது என்பதை முன்னர் கண்டோம். ஒரு பெரும் மக்கள் கூட்டத்தைப் பங்கேற்க அனுமதிக்காத வெளி எவ்வாறு பொதுவெளியாகும்? சமனற்றப் பொதுவெளியில் அனைத்துச் சாதிகளும் பங்குபெற வேண்டும் என்பதான பொதுமைப் போராட்டத்தைக் காலனியக் காலத்தில் சாதிகள் மேற்கொள்ளவில்லை. சமனற்ற பொதுவெளியில் தத்தம் சாதிகளுக்கான இடத்தை மட்டும் சாதிகள் கோரின. அவ்வாறு கோரும் தருணத்தில் பிற சாதிகளின் இடத்தை ஏற்கவும் மறுத்தன.

சாதிகள் தத்தமது நலன்தாண்டி வேறொன்றையும் சிந்திக்கவில்லை. தங்களது நலன்களைப் பேசிக்கொண்டே வேறு சாதிகளின் நலனுக்கு எதிராகச் செயலாற்றின. இந்நிலையில்தான் காலனியக் காலத்தில் பிராமணச் சாதியை மட்டும் எதிர்த்துப் பிராமணரல்லாதார்

சாதிகளின் கூட்டிணைவு உருவானது. அதேவேளையில் பிராமணர்கள் வழி உருவான வருணங்களை மட்டும் பெரும்பாலான சாதிகள் எத்தகைய எதிர்ப்புமின்றி முழு மூச்சாக வரித்துக்கொண்டன. பிராமண ஏற்பைத் தாண்டிய அடையாளச் செயல்பாட்டில் சாதிகள் ஈடுபடவில்லை. மேற்குறித்த காலனியக் காலத்துச் சாதிகளின் செயல்பாடுகள் அனைத்தும் இன்றுவரை தொடர்வதையே பார்க்க முடிகிறது.

காலனியக் கால கிறித்தவம் சுதேசச் சாதிகளை உள்ளிழுத்தபோது எத்தகைய மாற்றத்தை அல்லது பலனை விளைவித்தது என்பதையும் இவ்வறிக்கை பேச முற்படுகிறது. கிறித்துவத்தின் இந்திய வருகை சமூகத்தில் ஒருவித மாற்றத்தை ஏற்படுத்தியது. காலனியத்திற்கு முன்பு பரவிய கிறித்தவம், சாதி இந்துக்களை இலக்கு மக்களாகக் கருதியது. காலனியக் கால கிறித்தவம் தலித்துகளை உள்வாங்கியதோடு, சாதி இந்துக்களையும் தனதாக்கியது. நம்முடைய சாதிச் சமூகத்திற்கு அந்நியத்தன்மை கொண்ட கிறித்தவம் தன்னுள் வந்த மக்களை எவ்வாறு தக்க வைத்தது, கிறித்தவம் சாதி அமைப்பிற்கு எதிராக வினையாற்றியதா என்பதான கேள்விகள் எழுகின்றன. சாதிகள் சூழ்ந்த அமைப்பை ஏற்றுக்கொள்வதா, வேண்டாமா என்பது குறித்த விவாதங்கள் கத்தோலிக்க, சீர்திருத்தக் குழுக்களிடையே எழுந்தன. கத்தோலிக்க மதத் தலைமை சாதிகளை ஏற்பதில் ஆதரவு தெரிவித்தது. சீர்திருத்த கிறித்துவத்தின் இளம் குருக்கள் சாதிக்கெதிரான நிலைப்பாட்டை மேற்கொண்டனர்.

இந்தியக் கிறித்தவப் பரவலைப் பொறுத்தவரையில், தென்பகுதி முக்கியத்துவம் கொண்டதாகும். கிறித்தவம் தோமையார் என்பவரால் கேரளாவிலிருந்து சென்னை வரை பரப்பப்பட்டது. தமிழ்ப் பகுதியில் கடற்கரையோர மீனவர்கள் பிரான்சிஸ் சேவியர் என்னும் சேசு சபை குருவால் மதமாற்றம் செய்யப்பட்டனர். போர்ச்சுக்கீசிய வருகை மீனவ மத மாற்ற நிகழ்வில் மிக முக்கிய இடத்தை வகிக்கிறது. கிழக்குக் கடற்கரைப் பகுதி மீனவர்கள் இஸ்லாமிய வணிக மேலாண்மையை எதிர்கொள்ள போர்ச்சுக்கீசியரை நாடினர். தொழில், வணிக நாட்டத்தின் ஒரு பகுதியாக மீனவர் மதமாற்றம் நடந்தேறியது.

மீனவர்களுடன் தீண்டப்படாதவர்களும் மதம் மாறினர். இக்காலகட்டத்தில் நாட்டின் உட்பகுதியில் தீண்டப்படாதவர்களும் ஏனைய தீண்டத்தக்கவர்களும் மதம் மாறினர். மதுரை மிஷன் செயல்பாட்டால் குறைந்த அளவிலான தீண்டத்தக்கவர்களே

கிறித்தவத்திற்கு மாறினர். மதுரையில் வீரமாமுனிவர் இரண்டு ஓதுவார்களை மதம் மாற்றினார். இதனால் கோபம் கொண்ட சாதி இந்துக்கள், ஓதுவார்களைப் படுகொலை செய்ய முயற்சித்தனர். மதுரை மீனாட்சியம்மன் கோயில் ஓதுவார்களைப் பாதுகாக்க வேண்டி வீரமாமுனிவர் தென்காசிக்கு அருகில் உள்ள புன்னைவனத்திற்கு அவர்களை அனுப்பிவைத்தார். புன்னைவனம் தீண்டப்படாத கிறித்தவர்கள் வாழும் ஊராகும். புன்னைவனம் பெயர்ந்த தீண்டப்படாத ஓதுவார்கள் கிறித்தவர்களாகவில்லை. மாறாக, வேளாளர்கள் கிறித்தவர்கள் ஆனார்கள்.

காலனியக் காலத்தில் மதமாற்றம் பரவலானபோது, தீண்டப்படாதவர்கள் பெரும்பான்மையாகவும் தீண்டப்படுபவர்கள் சிறுபான்மையாகவும் மதம் மாறினர். தீண்டத்தக்கவர்கள் பொருளியல் அடிப்படையில் மதம் மாறியதை ஈழத்து நிகழ்வுகள் எடுத்துக்காட்டுகின்றன. பதினெட்டாம் நூற்றாண்டின் இறுதியில் டச்சு அரசு இலங்கையைத் தங்களின் ஆளுகைக்குக் கீழ் வைத்திருந்தது. தனது நிர்வாகப் பணிகளுக்குக் கிறித்தவரல்லாதவர்களை நியமனம் செய்வதில்லையென டச்சு அரசு முடிவெடுத்தது. அரசின் இந்த முடிவால் யாழ்ப்பாணத்து வேளாளர்கள் கூடிய அளவில் சீர்திருத்த கிறித்தவத்திற்குள் தங்களை இணைத்துக் கொண்டனர். “1760இல் யாழ்ப்பாணத்தில் ஞானஸ்நானம் பெற்ற 1,82,226 பேர் இருந்த போதிலும் சபையின் பூரண அங்கத்தினர்களாக இருந்தவர்கள் 64 பேர் மாத்திரமே” எனப் பேராயர் குலேந்திரன் பதிவு செய்கிறார். மேற்குறித்த ஆதாரம் சாதி இந்துக்கள் பொருளியல் தேவையின் அடிப்படையில் சாதிக் கிறித்தவர்கள் ஆனதைக் காட்டுகிறது. இந்த விசயத்தில் யாழ்ப்பாணத்து நிலைதான் தமிழகத்திலும் நிலவியது.

சாதி அமைப்பை அடிப்படையாகக்கொண்ட இந்தியத் தன்மைக்கு எதிரானதென்று கருதப்படும் கிறித்தவம் பல்வேறு சாதிகளிலிருந்து வந்த சாதி இந்துக்களைச் சாதியைக் கைவிடும்படி நிர்பந்திக்கவில்லை. சில இடங்களில் அத்தகைய நிர்பந்தங்களைக் மேற்கொண்டபோது, மீச்சிறு சாதி இந்துக்கள் கிறித்தவத்தை விட்டு நீங்குவதாக அறிவித்தனர். மீச்சிறு குழுக்களின் எதிர்ப்பிற்குக் கிறித்தவம் பணிந்தது.

இந்து மதம் தீட்டுச் செயல்பாட்டிற்குக் கோட்பாட்டு வடிவம் கொடுத்தது. கிறித்தவம் தனது கோட்பாடுகளைத் தீட்டுக்குரியதாக வடிவமைத்துக் கொள்ள ஒத்துக் கொண்டது. கிறித்தவ வழிபாட்டில் அனைவரும் கலந்திருக்க வேண்டும். தீர்த்த தொட்டியை அனைவரும்

பயன்படுத்த வேண்டும். இரத்த உறவில் திருமணம் செய்வதைக் கைவிட வேண்டும். பாதிரியராக மாறுதல் என்பது கிறித்தவர்கள் அனைவருக்குமானது என்றெல்லாம் கிறித்தவக் கோட்பாடு கூறுகிறது. ஆனால், மேற்குறித்த கோட்பாடுகளைத் தீட்டிற்குட்படுத்தி, புனிதம், புனிதமற்றது எனும் முரணை உருவாக்கி, அதனை உயிர்ப்புடன் இயங்கச் செய்தது. காலனியக் காலத்தில் கிழக்கிந்தியக் கம்பெனியாருடன் கிறித்தவப் போதகர்கள் வாதங்களில் ஈடுபட்டனர். பட்டியல் இனத்தவரின் குழந்தைகள்தான் இயல்பிலேயே அறிவானவர்கள் எனக் கிறித்தவப் போதகர்கள் உறுதியாகக் கூறியதோடு, காலனியக் கல்வி பட்டியல் இனத்தவரிகளிடமிருந்துதான் தொடங்கப்பட வேண்டும் என்றும் கூறினர். ஆனால், கிறித்தவப் போதகர்கள் நடத்திய துவக்கப் பள்ளிகளில் தீண்டப்படாதவர்களை அப்போதகர்கள் அனுமதிக்கவில்லை. இதுதான் கிறித்தவத்தின் இரட்டை நிலை.

தமிழகக் கிறித்தவத்தின் (கத்தோலிக்க, சீர்திருத்தக் கிறித்தவம்) மக்கள்தொகையில் எழுபது சதவீத மக்கள் பட்டியலினத்தவர்கள். முப்பது சதவீத மக்கள் சாதிக் கிறித்தவர்கள். கிறித்தவ நிறுவன அதிகாரம் ஆகப் பெரும்பான்மையினரான தாழ்த்தப்பட்டவர்களிடம் என்றும் இருந்ததில்லை. அது சிறுபான்மை எண்ணிக்கையினரான சாதிக் கிறித்தவர்களிடம் நிலை கொண்டுள்ளது. கிறித்தவ மதத்திற்கு வெளியே சிறுபான்மையினரான பிராமணரிடம் பெரும் அதிகாரம் நிலை கொண்டதை எதிர்த்துப் பிராமணரல்லாதார் இயக்கம் உருவானது. தங்களது அதிகாரப் போகத்திற்குப் பிராமணரைச் சுட்டிக்காட்டி, அதிகார மற்றும் மூலதனச் சேர்க்கையைத் தனதாக்கிக் கொண்டது. ஆனால், கிறித்தவ அமைப்பில் பெரும்பான்மை எண்ணிக்கையினரான தலித்துகள் அப்படியொரு அமைப்பை உருவாக்கவில்லை. மாறாக, பிற்படுத்தப்பட்ட கிறித்தவ அமைப்பு உருவாகியுள்ளது. அதைத் தாண்டி ஒவ்வொரு சாதிக் கிறித்தவர்களும் தத்தமது சாதிகளின் பெயரில் அமைப்பை உருவாக்கியுள்ளனர். அதன் வாயிலாகக் கிறித்தவ அதிகாரம் அனைத்தையும் சாதிக் கிறித்தவர்கள் கைப்பற்றிவிட்டனர். தமிழ்ச் சூழலில் சாதியின் பண்பு எண்ணிக்கை வகைப்பட்டதல்ல, அது பொது அமைப்பின் தன்மையில் சாதி வகைப்பட்டது என்பதைக் கிறித்தவம் சொல்லிச் செல்கிறது.

சுதந்திரத்திற்குப் பின்னர் கிறித்தவம் மதச்சிறுபான்மை அந்தஸ்தைப் பெற்றது. பிறகு சிறுபான்மை நலன் என்பதைக் கிறித்தவ அமைப்புகள்

சுவீகரித்துக் கொண்டன. அரசின் மூலதனம் கிறித்தவ அமைப்பிற்குச் சென்றது. கிறித்தவ அமைப்புகள் அத்தகைய மூலதனத்தைச் சாதிக் கிறித்தவர்களுக்குத் திருப்பி விட்டன. கிறித்தவ அமைப்பிற்கு வெளியே பலம் பொருந்திய தன்மையில் வளர்ந்திருக்கும் சாதி இந்து அமைப்புகளும் கிறித்தவத்திற்குள் இருக்கின்ற சாதிக் கிறித்தவ அமைப்புகளும் தங்களுக்குள் கொள்வினை கொடுப்பினையில் ஈடுபட்டுவருகின்றன. மேற்குறித்த ஊடாட்டம் சாதியின் வீரியத்தை முனை மழுங்கச் செய்யாமல், அதனை உயிரோட்டத்துடன் இயங்கச் செய்கிறது.

நவீனத் தமிழ் அரசியல் உருவாக்கமும் சாதிகளின் எழுச்சியும்

நவீனத் தமிழ் அரசியலின் துவக்க காலகட்டமாக இந்த அறிக்கை இருபதாம் நூற்றாண்டின் முதல் முப்பது ஆண்டுகளைக் குறிக்கிறது. பத்தொன்பதாம் நூற்றாண்டின் இறுதி முப்பது ஆண்டுகளில் இந்தியாவில் அமைப்புகள் துவக்கம் கண்டன. 1885இல் உருவான காங்கிரஸ் இயக்கம் அகில இந்திய அளவில் படித்த பிராமணர் மற்றும் உயர் சாதியினரின் இயக்கமாகவே அறியப்பட்டது. காங்கிரஸின் வெகுசன வடிவம் காந்தியின் இந்திய வருகைக்குப் பின்னரே (1919) உருப்பெற்றது. தென் இந்தியப் பரப்பில் கால் கொண்ட தலித் இயக்கத்தின் துவக்கம் காங்கிரஸுக்குச் சற்று முந்தியது. அதன் காலகட்டத்தை 1880க்கு முந்தியும் பிந்தியும் எனக் குறிப்பிடலாம். தலித் இயக்கம் காங்கிரஸுக்கு நேர் எதிராக விவசாயத் தொழிலாளர்களான பட்டியல் இனத்தவர்களை மையம் கொண்ட இயக்கமாகும். இவ்வியக்கம் சென்னையை ஒட்டியே செயல்பட்டது. 1920ஆம் ஆண்டு சென்னையை மையம்கொண்ட தலித் இயக்கத்தை எம்.சி.ராஜா அகில இந்திய அளவில் விரித்தார். அதாவது, தீண்டப்படாதவர்களின் பல்வேறு அமைப்புகளை ஒருங்கிணைத்து, அகில இந்திய ஒடுக்கப்பட்டோர் பேரவை வாயிலாகத் தலித் வெகுசன அரசியலை வடிவமைத்தார். இன்னொரு முனையில் 1916ஆம் ஆண்டு சென்னையை மையம் கொண்டு பிராமணரல்லாதார் இயக்கம் அல்லது தென்னிந்திய நல உரிமைச் சங்கம் உருவானது. இவ்வியக்கம்

தெலுங்கு மற்றும் தமிழ் உயர் சாதிகளை மையமாகக்கொண்டு துவங்கப்பட்டது. அவர்கள் நிலவுடைமையாளர்களாக, புதிய வணிகர்களாக, ஜமீன்தார்களாக அறியப்பட்டிருந்தார்கள். எனினும், இப்பிராமணரல்லாதார் இயக்கத்தின் வெகுசனப் பங்கேற்பு பெரியார் வருகைக்குப் பின்னர் (1925) உருவானது. ஒருவிதத்தில் நவீன அரசியலின் வெகுசன வடிவம் 1919, 1920, 1925 என்பதான வருடங்களில் வேறு வேறு சாதிப் பின்புலங்களைக் கொண்ட ஆளுமைகளால் வடிவமைக்கப்பட்டது. எனவே, இந்த அறிக்கை மேற்சொன்ன காலப்பகுதியை நவீன அரசியலின் தமிழ் வடிவமாக மதிப்பிடுகிறது. இதற்கான பின்னணி 18, 19ஆம் நூற்றாண்டு முதலே உருவாகிவந்தது. இதற்குப் பிறிதொரு காரணமும் உண்டு. காலனிய நிர்வாகம் சுதேச மக்களை நிர்வகிப்பதற்குச் சுதேச அரசியலாளர்களை ஊக்கப்படுத்தியது. தேர்தல் வடிவத்தின் வாயிலாக 1919ஆம் ஆண்டில் சென்னை மாகாணம் சுதேச அரசியலாளர்களினால் நிர்வகிக்கப்பட்டது. சுதேச அரசியலாளர்கள் சுதேசக் கோட்பாட்டை மோசமாக்கியே அரசியல் நிர்வாகத்திற்கு வந்து சேர்ந்தனர். அதன் பின்னர் அக்கோட்பாடு (1926) சட்ட வடிவமாக உருமாறியது. இதனை நவீன அரசியலின் தமிழ் அடையாள உருவாக்கமாக இந்த அறிக்கை மதிப்பிட்டு, அன்றிலிருந்து 1990களின் புதிய பொருளாதாரக் கொள்கை காலகட்டம் வரை தமிழகத்தில் நடைபெற்ற அரசியல் செயல்பாடுகளைக் கோர்வையாக்கி, சில மதிப்பீட்டுப் புள்ளிகளை முன்வைக்க முயல்கிறது. இந்தப் பகுதியில் பிராமணரல்லாதார் இயக்கத்தின் தோற்றம் குறித்து ஒன்றுக்கும் மேற்பட்ட அவதானிப்புகளை முன் வைக்கிறோம். ஏனெனில், ஓர் இயக்கத்தின் தோற்றத்திற்கு ஒற்றைக் காரணம் மட்டும் இருந்துவிட முடியாது என்ற முன்னுரையோடு அறிக்கையின் இப்பகுதி தொடங்குகிறது.

இந்தியாவில் நிலைபெற்ற காலனியத்தின் காரணமாக இன்றைய சூழல் வரை நம்மிடம் புழக்கத்தில் உள்ள பல்வேறு சிந்தனைப் போக்குகளும், கருவி மாற்றங்களும் உண்டாயின. இதில் சாதிய முறை முக்கியமான மாற்றத்தைக் கண்டது. அதாவது, அதுவரை மரபார்ந்த முறையில் செயற்பட்டும் அர்த்தம் கொண்டும் வழங்கிவந்த முறையிலிருந்து மாறி, சாதி புதிய தன்மையைப் பெற்றது. தேசம் என்கிற கற்பித அடையாள உருவாக்கத்தில் இந்திய, தமிழ் அடையாளத்தில் சாதி தனக்கானதொரு இடத்தைப் பெற்றது. இதனால் நவீன அதிகாரவெளியில் சாதி முக்கிய இடத்தைப் பிடித்துக் கொண்டது. காலனிய அரசாங்க அரசியல் முயற்சிகளும்

சாதியை முக்கியப் பேசுபொருளாக்கின. சாதியின் பாரம்பரிய தகுதியையும் எண்ணிக்கையையும் வைத்து அதிகாரவெளியில் இடம் அளிக்கும் முறையைக் காலனியம் புகுத்தியது.

காங்கிரஸ் இயக்கமும் பிரம்மஞான சபையும் பிராமணர்களையும் அவர்களின் எண்ணங்களையும் இந்தியத் தேசிய அடையாளமாக முன்வைத்த 1890இல் தலித் அமைப்புகள், இந்தியத் தேசியம் பிராமணர் தேசியமாக இருக்கிறது என்ற எதிர்ப்பினை முன்வைத்தன. இதன் பின்னரே இதுபோன்ற எதிர்ப்பின் வாயிலாகக் கலாச்சாரத் தளத்தில் தமிழ் வேளாளர்கள், பிராமணர்கள் பெற்ற முதலிடத்தைத் தகர்க்க விரும்பினர். இந்நிலையில்தான் இருபதாம் நூற்றாண்டில் 'தென்னிந்திய நலவுரிமைச் சங்கம்' என்ற பிராமணரல்லாதார் இயக்கம் (1916) அரசியல் தளத்தில் வெளிப்பட்டது. இவ்வியக்கம் சாதியை மொத்தமாகப் பேசுபொருளாக்கியதைக் காட்டிலும், சாதிச் சுரண்டலுக்கான ஒட்டுமொத்த அடையாளமாகப் பிராமணர்களை உருவகித்துக் காட்டியது. நவீன அதிகார வெளியைப் பிராமணர்கள் கைப்பற்றிக் கொண்டமைக்கு எதிரான தமிழ், தெலுங்கு உயர் சாதிக்குழுக்களின் கூட்டுக் கோபமே இவ்வியக்கம். உண்மையில் இச்சாதிகள் சாதிய முறையைப் பின்பற்றிக் காத்து வந்தவைகளேயாகும். மேலும், தமிழ் அடித்தட்டுச் சாதிகளிடம் பண்பாட்டு ரீதியாக வழங்கப்பட்டுவந்த பிராமண மறுப்பை இவ்வியக்கம் கண்டுகொள்ளவோ, அவற்றிலிருந்து எத்தகைய அனுபவத்தையும் எடுத்துக்கொள்ளவோ இல்லை. ஏனெனில், இச்சாதிகள் பிராமண எதிர்ப்பை அரசியல் ரீதியாக மட்டுமன்றி, அதிகாரப் போட்டியாகவும் புரிந்திருந்தன. பிராமணர்களிடமிருந்து எந்தளவிற்கு அடித்தட்டுச் சாதிகள் விலக்கப்பட்டிருந்தனவோ, அதே அளவிற்குப் பிராமணரல்லாத பண்பாட்டு அடையாளங்களிலிருந்தும் தீண்டப்படாதவர்களை விலக்கிய விளக்கங்கள் இருந்தன.

பிராமணரல்லாதார் இயக்கம் சாதியை மட்டுமே முக்கியப் பேசு பொருளாக்கி எழுச்சி பெற்றது. இந்நிலையில் பிராமணரல்லாதார் என்னும் அடையாளத்திற்குள் தீண்டப்படாதவர்கள் சேர்வார்களா, இல்லையா? என்னும் வாதம்கூடத் தொடக்கத்தில் எழவில்லை. 1916இல் தென்னிந்திய நல உரிமைச்சங்கம் என்ற அரசியல் அமைப்புச் சார்பில் வெளியிடப்பட்ட 'பிராமணரல்லாதார் அறிக்கை'யும் தீண்டப்படாதவர்களைப் பிராமணரல்லாதார் அடையாளத்திற்குள் நிறுத்தவில்லை. பிறகே தீண்டப்படாதவர்களைச் சேர்ப்பதா, இல்லையா என்ற வாதம் எழுந்தது.

பிராமணரல்லாதார் அணிதிரட்டல் எவ்வாறு உருவானது என்பதற்கான இன்னும் சில விளக்கங்களைக் காணலாம். காலனியத்தின் நவீன வளர்ச்சியில் பிராமண சாதி அதனோடு முதலில் இணைந்துகொண்டது. நவீன அதிகார வர்க்கங்கள் காலனியம் உருவாக்கிய அரசு நிர்வாகம், அமைச்சுப் பொறுப்பு ஆகியவற்றிலிருந்து துவங்கின. அரச நிர்வாகத்திற்குள் புதிதாகப் படித்த வர்க்கங்கள் நுழைந்தன. அவற்றை நிர்வகிக்கும் இடமாகப் பிரதிநிதித்துவச் சட்டமன்றங்கள் உருமாறின. இவை இரண்டிலும் பிராமண சாதி முதலில் ஊடுருவியது. இது குறித்து அறிக்கையின் மூன்றாவது பகுதி விரிவாக விவாதிக்கிறது. இது பிராமண சாதியின் நவீன மூலதன மற்றும் அதிகார உருவாக்கத்திற்குக் காரணமானது. காலனியம் நிலவுடைமை மூலதனத்திற்குச் சவால் விடும் தொழில் ரீதியான முதலாளியத்தை உருவாக்கியது. பல்வேறு இடங்களில் தொழிற்சாலைகள் உருவாயின. தொழிற்சாலையின் மூலம் வணிக மூலதனம் வலுப்பெற்றது. இவ்வாறான தொழில் மூலதனமும் வணிக மூலதனமும் மேலெழும்பி வந்த அடையாள உருவாக்கத்தின் அடிநாதமாகியது. அதுவே அப்போது உருவாகிவந்த அரச அதிகாரத்தின் கூட்டாளியாகவும் ஆனது.

நிலவுடைமை மூலதனத்தினூடாகப் பயன்பெற்று வந்த தமிழகச் சாதி இந்துக்கள் புதிதாக மேற்கிளம்பிய முதலாளிய மூலதனத்தின் அதிகாரத்திற்கு எதிராகத் தங்களை வளர்த்தெடுக்கவில்லை. மாறாக, நில உடைமை மூலதனம் முதலாளிய மூலதனத்தோடு கலந்தது. இப்போது நில உடைமையும், முதலாளியமும் ‘அரசு’ என்ற நவீன அதிகாரக் கட்டமைப்பின் கீழ் கண்காணிக்கப்பட்டது. மரபான அரசு நில உடமையோடு சமரசம் கொண்டது. முதலாளிய மூலதனத்தை மரபான அரசு அறிந்திருக்கவில்லை. ஆனால், நவீன அரச கட்டமைப்போ முதலாளிய மூலதனத்தைத் தொழில், வணிகம் என்பதின் ஊடாக வளர்த்தெடுத்தது. இதன் வாயிலாகப் பெருமளவிலான பணம் புழங்கியது. அத்தோடு நவீன அரச அதிகாரத்தின் பங்காளிகளாகப் புதிய முதலாளிய மூலதனம் மாறியது. நிலவுடமை மூலதனம் இத்தகைய ஏக்கத்தின் மூலமே முதலாளிய மூலதனத்தில் கரைய எத்தணித்தது. இத்தகைய கரைதல் தொழில் முதலீடாக உருமாறவில்லை. மாறாக, வணிக மூலதனமாக உருமாற முயன்றது. தமிழ்ப் பரப்பில் இன்றுவரை வணிக ஈடுபாட்டில் பிராமணரல்லாதவர்கள் கவனம் குவிப்பதை நாம் காணலாம். வணிகப் பண்பு சுரண்டல் தன்மை கொண்டது. உள்ளும் புறமும் ஆக்டோபஸ்சைப் போன்று உறிந்தெடுக்கும். உபரி மூலதனம் அனைத்தையும் வணிகம் தனதாக்கிக் கொள்ளும்.

தொழில் துறையில் உற்பத்தி உண்டு. சுரண்டல் உண்டு. உபரி உண்டு. இவை வெளிப்படையாகத் தெரியும். வணிகத்தில் உற்பத்தி என்ற ஒன்று கிடையாது. சுரண்டல் மட்டுமே உண்டு. அதேவேளையில் தொழில் மூலதனத்தை நோக்கிச் சராமாரியான கேள்விகளை வணிகச் செயல்பாடு வீசும். இதன் வாயிலாக அது தன்னை முற்போக்குத் தன்மை கொண்டதாகக் காட்டிக் கொள்ளும். இவ்வாறு பல்வேறு நலன் கொண்ட வணிகத் தன்மைக்குள் பிராமணரல்லாத சமூகக் குழுக்கள் சென்று சேர்ந்தது ஆச்சரியமில்லை. ஏனெனில், சாதியின் தன்மையும் ஏறக்குறைய வணிகப் பண்பை ஒட்டியதாகும்.

தமிழக நிலவுடைமையினர் வணிகப்பரப்பில் உள்நுழைந்த தருவாயில், நவீன அரசு அவர்களது சுதந்திரச் செயல்பாட்டில் இடையீடு செய்தது. ஏனெனில், நவீன அரசின் சட்டகத்திற்குள் ஏற்கெனவே பிராமணர்கள் ஊடுறுவிச் சென்று அதனை நிரப்பிக் கொண்டனர். அத்தோடு பிராமணர்களே காலனிய நிர்வாகத்திற்கு இந்தியத் தன்மையை எடுத்துரைக்கும் செயல்பாட்டாளர்களாகவும் விளங்கினர். இத்தன்மைகளால் நிலவுடைமை மூலதனம், வணிக மூலதனம், தொழில் மூலதனம் ஆகிய மூன்றையும் நவீன அரசு வாயிலாகப் பிராமணர்கள் தமது கட்டுப்பாட்டிற்குள் நிலை நிறுத்தினர். பிராமணர்களிடம் இருந்த மரபார்ந்த ‘புனித அதிகாரம்’ இப்போது புதிய அதிகார வெளி நோக்கியும் வியாபித்தது. இதனால் நவீன அரச அதிகாரம் பிராமண அதிகாரமாகப் புரிந்து கொள்ளப்பட்டது. எனவே, தமிழக நிலவுடைமைச் சாதியினர் அரசு என்ற காலனிய வடிவத்தை எதிர் நோக்காமல், பிராமணர் என்ற சாதியை மட்டுமே எதிர்கொண்டனர். இது ஒருவித தப்பித்தல் வழி முறைதான். இங்கிருந்துதான் பிராமணர், பிராமணரல்லாதார் என்ற முரண் கட்டமைப்பு உருவாகி, பின்னாளில் அது பலமடைந்தது.

காலனியத்தோடு பிணைந்துகொள்வதற்குப் பிற்படுத்தப் பட்டவர்களுக்குப் பிராமணன் தொந்தரவாக இருந்தான். அதே வேளையில், சாதிதான் அன்றைய நவீன அதிகார வளையத்திற்குள் நுழைவதற்கான வாய்ப்பாகவும் வினையாற்றியது. எனவே, பிராமண சாதியதிகாரத்தைத் தகர்க்க வேண்டும் என்னும் முனைப்பில் தென்னிந்திய நல உரிமைச் சங்கம் உருப்பெற்றது. எனவே, அவ்வியக்கம் பிராமணன் என்னும் ஒற்றைச் சாதி எதிர்ப்பாக வடிவம் கொண்டது. பிராமணன் கட்டமைத்த சாதி எனும் கோட்பாட்டை எதிர்ப்பது அவர்களின் நோக்கமாக இருக்கவில்லை. ஆனால், நவீன அரசியலின் அதிகார மையத்தைக் கைப்பற்றுவதற்குத்

தங்களை ஒடுக்குண்டவர்களாகவும், தீண்டாமைக்கு ஆளானவர்கள் போலவும் காட்டிக்கொண்டனர். உண்மையில் பிராமணரல்லாதார் சமூக அளவில் அதிகாரம் பெற்றிருப்பவர்களாகவும் தீண்டத்தக்கவர்களாகவும் இருந்தனர். அவர்களின் உண்மையான நோக்கம் நவீன அதிகாரத்தைக் கைப்பற்றுதலேயாகும். அதற்கு அவர்கள் தீண்டாமையை மிகைப்படுத்தினர்.

தலித்துகளை ஒடுக்கிய தீண்டாமையைப் பிராமணர்கள்தான் தோற்றுவித்தனர் என்ற பழியைப் பிராமணர்கள் மீது திணித்துவிட்டு, பிராமணரல்லாதார் மேற்கொள்ளும் தீண்டாமையை மறைக்க எத்தணித்தனர். இன்னொருபுறம் தலித்துகளோடு தங்களை இணைத்துக் காட்டிக்கொண்டு, தங்கள் மீது காலனிய அரசு கழிவிரக்கம் கொள்ளும்படியும் நடந்துகொண்டனர். இதனால் பொதுச் சாலைப் பயன்பாடு, அரசு அலுவலக நுழைவு, அக்ரஹார நுழைவு, நிறுவனக் கோயில் நுழைவு முதலான வேலைத்திட்டங்களில் பிராமணரல்லாதார் இயக்கம் கவனம் குவித்தது. இந்நிகழ்விற்குப் பிராமண எதிர்ப்பு எனப் பெயர் சூட்டிக்கொண்டது. இவ்விடத்தில் பிராமணன் உருவாக்கிய தீண்டாமையை எதிர்த்த பிராமணரல்லாதார் இயக்கம், பிராமணரல்லாதார் செயல்படுத்திய தீண்டாமையைக் கவனத்தில் எடுத்துக்கொள்ளவில்லை.

நிறுவனக் கோயில் நுழைவை மேற்கொண்ட பிராமணரல்லாதார் அரசியல் குழுக்கள், நிறுவனமற்ற சிறுகோயில்களுக்குள்ளும், நாட்டுப்புறக் கோயில்களுக்குள்ளும் தீண்டப்படாத குழுக்கள் அனுமதிக்கப்படாதது குறித்து அக்கறை காட்டவில்லை. பொதுச் சாலைப் பயன்பாட்டைப் பிராமணர்களிடமிருந்து பறிக்கத் தலைப்பட்ட பிராமணரல்லாதார் இயக்கம் தீண்டப்படாத குழுக்களின் பொதுச் சாலைப் பயன்பாட்டில் அக்கறை செலுத்தவில்லை. அதைப்போன்று அக்ரஹார நுழைவைக் கோரிய பிராமணரல்லாதார் இயக்கம் சாதி இந்துக்களின் வீதியில் தலித்துகள் நுழைவதை உற்சாகப்படுத்தவில்லை அல்லது அத்தகைய வேலைத் திட்டத்தினை யோசிக்கவில்லை. ஒட்டு மொத்தத்தில், பிராமணர்களிடமிருந்து அதிகாரத்தைப் பறித்து, அதனைப் பிராமணரல்லாத உயர்சாதியினர் தன்வயப்படுத்த முயன்றனர். இந்நோக்கத்திற்காகச் சாதியமைப்பின் முன்னிலையில் இருப்பதாகக் கருதிக்கொண்ட வேளாளர் சாதி நிறுவன ரீதியாக ஒன்றிணைந்தது. வேளாளர் சாதி அறிவாளிகள் பண்பாட்டு நிலையில் நின்று பேசும்போது சாதிக்கான தோற்றத்தொன்மையை வேளாளர் மூலத்தில் இருந்து பார்ப்பதும்

அரசியல் தளத்தில் நின்று பேசும்போது சாதியின் தோற்றத்தையும் தீண்டாமையின் உற்பத்தியையும் பிராமணர்கள் மீது இட்டு நிரப்பும் வேலையையும் கவனமாக மேற்கொண்டனர். இத்தகைய இரட்டைத் தன்மையை பின்னாளில் ஏனைய சாதிக் குழுமங்களும் மேற்கொண்டன.

1925இல் பிராமணரல்லாதோர் அரசியலில் பெரியாரின் வருகை நிகழ்ந்தது. அதுவரை மேட்டுக்குடி இயக்கமாக அறியப்பட்ட பிராமணரல்லாதார் இயக்கம் அவரால் வெகுஜனத்தன்மையை எட்டியது. 19ஆம் நூற்றாண்டின் பிற்பகுதி முதலே பிராமணர் மற்றும் சாதி எதிர்ப்புக் கருத்தியல்களில் நம்பிக்கைக் கொண்டு செயல்பட்ட தலித் குழுக்களின் நடவடிக்கைள் பிராமணரல்லாதார் இயக்கத்தின் வெகுஜனத் தன்மைக்குத் தக்கப் பின்புலமாக அமைந்தன. இச்சூழலில் பிராமணர்கள் தங்கள் சாதிக்கான இந்தியத் தன்மையைப் பயன்படுத்தித் தேசிய அரசியலில் கவனம் குவித்தனர். பிரிதொன்றுக்குத் தங்களை மாற்றிக் கொண்டு வந்திருப்பதை வரலாற்றுப் பூர்வமாகப் பார்க்க முடிகிறது. இதனாலேயே பெரியார் தேசிய அரசியல் வளர்ச்சியைப் பிராமண அரசியல் வளர்ச்சி என்பதாகப் பார்த்தார். தேசிய அடையாளத்திற்கு மாற்றான வட்டார அடையாளம் இவ்வாறுதான் வலுப்பெற்றது.

வட்டார அடையாளம் முற்போக்காகத் தோன்றினாலும், அவை வட்டார ரீதியிலான சாதிகளின் எழுச்சியையே மையமிட்டிருந்தன. வட்டாரச் சாதிகள் மேல்நிலையில் நவீன மாற்றத்தைப் பேசுவதைப் போல் தோன்றினாலும், மரபு மற்றும் தொன்மையை முன் வைத்தபடியே அதிகாரக் கைப்பற்றலை மேற்கொள்ள முயன்றன. மற்றபடி வட்டாரச் சாதிகள் தங்களின் தொன்மைகளாகக் காட்டிக் கொள்பவற்றைக் களைந்து விட்டு, நவீனச் சிந்தனைக்குட்பட்ட வாழ்நிலைக்குத் தங்களை முன்னிறுத்திக்கொள்ள முயலவில்லை. இத்தகைய வட்டாரச் சாதிகளின் எழுச்சிக்கு முகம் கொடுக்கவியலாத பிராமணர்கள் தேசிய அடையாளத்திற்குள் தங்களைப் பதுக்கிக்கொண்டனர். தேசிய அதிகாரமாக உருவாகிய பிராமண அதிகாரத்தைக் காட்டும்போது பிராமணரல்லாத அதிகாரச் சாதிகள் தங்களைப் பிராமண எதிர்ப்பு அரசியலோடு வேகமாக இணைத்துக்கொள்ள முயன்றனர். இதனாலேயே பல்வேறு சாதிகள் பிராமணர்களை நோக்கிக் குற்றச்சாட்டுகளை அடுக்கின. அவ்வாறு செயல்பட்ட பிராமணரல்லாத சாதிகளின் எழுச்சியைப் பெரியார் உற்சாகப்படுத்தினார். ஏனெனில், சாதி என்றால் அது பிராமணர்

சாதியோடு மட்டுமே தொடர்புடையது என்றே பெரியார் விளங்கிக் கொண்டார். எனவே, வட்டாரச் சாதிகள் மறுகட்டுமானத்திற்குச் செல்வதை விமர்சிக்காமல் அல்லது உறுதியாக மறுத்தொதுக்காமல் சாதிச் சங்கங்களின் மாநாடுகளில் பெரியார் கலந்து கொண்டார். அதனால்தான் பெரியார் 'பார்ப்பான்' எனும் சொல்லைத் தீட்டுக்குரிய ஒன்றாகத் திருப்பிவிட்டார். சாதியின் தோற்றத்தையும், தீண்டாமையின் துவக்கத்தையும் பிராமணர்களின் தலையில் மட்டுமே அவரின் உரைகள் சுமத்தின. இதன் வாயிலாகப் பிராமணரல்லாத சாதிகளின் அதிகார மேலாண்மை 'புரட்சிகரச் சொல்லாடலோடு' இணைக்கப்பட்டுவிட்டது. மொத்தத்தில் ஒட்டுமொத்த பிராமணரல்லாத சாதிகளைப் பிராமணச் சாதியின் எதிரியாகத் திருப்பிவிடும் செயல் தந்திரம் பெரியாரின் செயல்பாடுகளில் வெளிப்பட்டது.

காலனியக் காலத்தில் இந்து என்கிற மதம் தீர்மானகரமாக வடிவமைக்கப்பட்டது. சுதந்திரத்திற்கு முன்னால் உருவான பிராமணரல்லாதார் இயக்கமும் (1916) அதைத் தொட்டு உருவான சுயமரியாதை இயக்கமும் தங்களை இந்துக்கள் இல்லை என்று தீர்மானகரமாக அறிவிக்கவில்லை. நடைமுறையில் நாத்திகர்கள் மதமற்றவர்களா என்பது தெளிவுபடுத்தப்படவில்லை. ஏனெனில், நாத்திகர்கள் எவ்வாறு தங்களை அடையாளப்படுத்துவது என்றெல்லாம் பெரியார் அறிவிக்கவில்லை. அத்தோடு நவீன முதலாளியம் குறித்தான எத்தகைய விவாதமும் இல்லாமல் பெரியார் முதலாளியத் தளத்தில் பிராமணரல்லாதவர்களை நிரப்ப விரும்பினார். ஏனெனில், அன்றைய நிலையில் பிராமணரல்லாதவர்கள் நவீன வசதிகளைப் பெற்று முதலாளிகளாக உருமாறிக்கொண்டிருந்தனர். அதனாலேயே நில உடமைக்கும் சாதிக்குமான தொடர்பு குறித்துப் பேசுவதற்குப் பெரியார் மறுத்தார். மேற்குறித்த அணுகுமுறையின் தொடர்ச்சியாக 'சாதி ஒழிப்பு' என்பதான செயல்திட்டமோ அல்லது தெளிவான கோட்பாட்டு வரையறையோ பெரியாரிடம் உருவாகவில்லை. மொத்தத்தில் பிராமணரல்லாதார் இயக்கமும் சுயமரியாதை இயக்கமும் பிராமணரல்லாத சாதிகளின் நவீன அரசியல் அதிகாரத்திற்கு வழியமைத்துச் சென்றிருப்பதைத் தாண்டி வேறு ஒன்றும் நடைபெற்றுவிடவில்லை.

காங்கிரஸ் ஆட்சி சோசலிசப் பொருளாதாரத் திட்டங்களை ஊக்குவித்தது. ஏராளமான சிறு, குறு தொழில்கள் உருவான இக்காலகட்டத்தில் புதிய தொழிற்சாலைகளும் உருவெடுத்தன.

மிகப் பெரும் நீர்த் தேக்கங்கள் கட்டப்பட்டன. கூடவே, காங்கிரஸ் ஆட்சி சமூக நிர்மாணத் திட்டத்திலும் கவனம் செலுத்தி, அதனை விரிவுபடுத்தியது. கல்வியை விரிவுபடுத்தும் நோக்கில் பஞ்சாயத்துப் பள்ளிகளை அரசின் நேரடிக் கட்டுப்பாட்டின் கீழ் நிறுவியது. காலனிய நிர்வாகத்தில் கிராமப்புறங்களில் கிறித்தவ மிஷனரிகள் தொடக்கப்பள்ளிகளை நிறுவின. அத்தொடக்கப் பள்ளிகளில் பட்டியல் இனத்தவர் குழந்தைகளும் பிற்படுத்தப்பட்டோர் குழந்தைகளும் ஒரு சேரக் கல்வி பயின்றனர். ஆனால், சுதந்திரத்திற்குப் பிந்தைய காங்கிரஸ் அரசு பஞ்சாயத்துப் பள்ளிகளைச் சாதி இந்துக்கள் பகுதிகளில் நிறுவியது. கிராம அளவில் இயல்பான பொது வெளியை அரசு உருவாக்கவில்லை அல்லது தீண்டப்படாதோர், தீண்டப்படுவோர் ஆகியோருக்கு இடையிலான பொது வெளியைக் கட்டமைக்க எத்தணிக்கவில்லை. மாறாக, காங்கிரஸ் அரசு பொதுவெளியாகச் சாதி இந்துக்களின் பகுதிகளைக் கையில் எடுத்தது. கிராமங்களில் அத்தகைய இடங்கள் தலித்துகளுக்கானது அல்ல. எனவே, பொதுவெளிப்பள்ளிகளில் தீண்டப்படுவோர் குழந்தைகள் மட்டுமே அதிகமாகக் கல்வி கற்றனர். தலித் குழந்தைகள் மிஷனரிப் பள்ளிகளில் பயின்றனர். இவ்வாறு காங்கிரஸ் அரசு பொதுவெளியைச் சாதி மயப்படுத்தியதால், தீண்டப்படுவோர் குழந்தைகள் கிராமப் பொது நீரோட்டத்திலிருந்து துண்டிக்கப்பட்டனர். அதேவேளையில், சாதி இந்துக்கள் பகுதிகளில் உருவான பஞ்சாயத்துப் பள்ளிகள் பின்னாளில் நடுநிலை, உயர்நிலை, மேல்நிலைப் பள்ளியாக வளர்ச்சியுற்றன. அப்பள்ளிகளின் உட்கட்டமைப்புகளுக்கு அரசு பெருமளவிலான நிதியினைக் கையளித்தன.

இன்னொருபுறம் கிராமத்தில் உள்ள மிஷனரிப் பள்ளிகளின் தரம் உயரவில்லை. மாணவர்களின் எண்ணிக்கை சிறுத்தது. இதனால் அப்பள்ளிகளின் ஆசிரியர் எண்ணிக்கை குறைந்தது. கால ஓட்டத்தில் அப்பள்ளிகள் தொடக்கப் பள்ளிகளாகவே காட்சியளிக்கின்றன. சுதந்திர இந்திய மத்திய, மாகாண அரசுகள் தலித்துகளுக்குக் கல்வியை இல்லாமல் ஆக்கியதன் தொடக்கம் இவ்வாறுதான் உருவாகியது. காலனியக் காலத்தின் தொடக்க நிலையில் (1801) காலனிய அரசு மிக வெளிப்படையாகத் தீண்டப்படாதோர் குழந்தைகளுக்குக் கல்வியளிக்கத் தயங்கியது. காலனிய அரசின் இத்தகைய தொடக்க நிலைச் செயல்பாட்டிற்கும் சுதந்திர இந்தியக் காங்கிரஸ் அரசின் தொடக்கச் செயல்பாட்டிற்கும் உள்ள தொடர்பை இந்த இடத்தில் பொருத்திப் பார்க்க இவ்வறிக்கை கோருகிறது.

பஞ்சாயத்துப் பள்ளிகளைப் போன்று பஞ்சாயத்து அலுவலகம், நூலகம், கிராமப்புற மருத்துவமனைகள், குடிநீர் நிலையங்கள், நீரேற்று நிலையங்கள் முதலானவைகள் சாதி இந்துக்கள் வசிக்கும் பகுதிகளில் அமைக்கப்பட்டன. அதைப்போன்று அஞ்சலகங்கள், கிராமப்புற வங்கிகள், பால்கூட்டுறவு நிலையங்கள், விவசாயக் கூட்டுறவு நிலையங்கள், நெசவுக்கான கூட்டுறவு நிலையங்கள் போன்றவை சாதி இந்துக்களின் கட்டுப்பாட்டில் அவர்களுக்கு அருகாமையில் நிறுவப்பட்டன. அரசால் அனைவருக்கும் பொதுவானவை என அறிவிக்கப்பட்டவை நடைமுறையில் சாதிமயமானது. பொதுவெளி சாதிவெளியானதால், தூய்மையான குடிநீர் என்பது முதலில் ஆதிக்கச் சாதிகளுக்குச் சொந்தமானது. தூய்மையான வாழ்நிலை சாதிகளில் குடிகொண்டது. அரசின் திட்டங்கள் பலவும் பல்வேறு பெயர்களில் சாதி இந்துக்களிடையே வளைய வந்தன.

பசுமைப்புரட்சியின் வாயிலான நிதி மூலதனம் விவசாயக் கூட்டுறவுச் சங்கங்கள் மூலமாகச் சாதி இந்துக்களின் நிலங்களுக்குள் குவிந்தன. வெண்மைப்புரட்சியின் மாடுகள் அனைத்தும் சாதி இந்து தெருக்களில் பணச் சாணமாயின. விவசாயக் கூட்டுறவுச் சங்கம், பால் கூட்டுறவுச் சங்கம், கிராம வங்கி என்கிற மும்முனை மூலதனக் குவியல்கள் சாதி இந்துக்களைச் செழிப்படையச் செய்தன. சமூக நிர்மாணத்திட்டத்தின் பெரும் பங்கு சாதி இந்துக்களுக்கு மொத்தமாய்ச் சென்று சேர்ந்தது. அவற்றின் மிச்ச சொச்சம் மட்டுமே சேரிகளுக்கு வந்தடைந்தன. முன்பு உயர் சாதியினருக்குத்தான் முழுநிலைக் கல்வி கொடுக்க வேண்டும்' அதன் எச்சங்கள் பட்டியல் இனத்தவர் கல்வியாக மாற வேண்டும் என ஆங்கிலேய நிர்வாகிகள் மிக வெளிப்படையாக அறிவித்தனர். இம்முறைக்கு அவர்கள் 'வடிகட்டுதல் கல்விமுறை' என்று பெயரிட்டனர். சுதந்திர இந்தியாவில் பிராமணர் அல்லாதார் தலைமையில் அமைந்த காங்கிரஸ் ஆட்சியும் பெயரிடப்படாத 'வடிகட்டிய சமூக நிர்மாணத்திட்டத்தை' செயல்படுத்தியது. மேற்குறித்த செயல்பாட்டைக் கிஞ்சிற்றும் மீறாவண்ணம் அடுத்தடுத்து ஆட்சிக்கு வந்த திராவிடக் கட்சிகள் வடிகட்டிய சமூக நிர்மாணத்திட்டத்தை வளர்த்தெடுத்தன. தமிழக காங்கிரஸின் இத்தகைய செயற்பாட்டிற்குரிய காரணம் என்ன?

இந்திய அளவில் அம்பேத்கருக்கும் காந்திக்கும் இடையே ஏற்பட்ட பூனா ஒப்பந்தம் (1932) தந்த நெருக்கடி காரணமாக காந்தியால் ஹரிஜன சேவாசங்கம் ஏற்படுத்தப்பட்டது. இதன்வாயிலாகத் தலித்துகளுக்கானதனித்த வேலைத்திட்டத்தை

காங்கிரஸ் உருவாக்கியது. தீண்டாமை குறித்து அவ்வியக்கத்திற்கு இருந்த வரையறுக்கப்பட்ட புரிதலின்படி அது செயல்பட்டது. பள்ளிகள், விடுதிகள், தொழிற்பள்ளிகள் போன்றவை பரவலாக ஏற்படுத்தப்பட்டதோடு, ஹரிஜன சேவா தொண்டர்களும் தீண்டாமை ஒழிப்பு நடவடிக்கைகளில் பரவலாக ஈடுபட்டனர். அதையொட்டியே சுதந்திரத்திற்கு முன்பும் பின்பும் இந்தியாவின் பல்வேறு மாகாணங்களிலும் உருவான காங்கிரஸ் அரசுகள் தலித்துகளுக்கான நலத்திட்டங்களைச் செயற்படுத்தியது. இச்செயல்பாடுகளைக் காங்கிரஸ் மற்றும் பிராமணர்கள் முன்னின்று நடத்தினர். ஆனால், தமிழகத்தைப் பொருத்தவரை பிராமணரல்லாதார் அரசில் ஏற்படுத்திய நெருக்கடி காங்கிரஸிலும் பிரதிபலித்தது. தென்னிந்திய நல உரிமைச்சங்கம் தொடங்கப்பட்டதுமுதலே அது காங்கிரஸ் எதிர்ப்பில் ஈடுபட்டு வந்தது. இந்த இயக்கத்தின் அழுத்தத்திற்கு முகம் கொடுக்கும் நிலைக்குக் காங்கிரஸ் தள்ளப்பட்டது. பெரியார் அரசியலில் பெரிய அளவில் அறியப்பட்டதே காங்கிரஸிற்குள் இருந்த 'சென்னை மாகாணச் சங்கம்' என்ற பிராமணரல்லாதார் அமைப்பு மூலம்தான். பெரியார் தலைமையில் திராவிடர் இயக்கம் வெகுஜன இயக்கமாகத் தலையெடுத்தபோது, அதனை எதிர்கொள்ள காங்கிரஸிற்குள் பிராமணரல்லாதோர் தலைமை உண்டாக்கப்பட்டது. பின்னர் காங்கிரஸ் அமைத்த மாகாண அரசின் தலைமைக்கும் பிராமணரல்லாதார் சென்று சேர்ந்தனர். காந்தி உயிரோடு இருந்தபோது நடந்த ஹரிஜன சேவா சங்கப்பணிகளும் தலித்துகளுக்கென மேற்கொள்ளப்பட்ட காங்கிரஸ் அரசின் திட்டங்களும் மெல்லமெல்ல குறைத்துக்கொள்ளப்பட்டன. எனவே, காங்கிரஸிற்குள் சாதிப் பெரும்பான்மைவாதம் செல்வாக்கு பெற்றது. இவற்றிற்கான காரணத்தைப் பிராமணரல்லாதார் இயக்கத்தாரின் காங்கிரஸை நோக்கிய அழுத்தமாகக் கொள்ளலாம்.

சுதந்திர இந்திய தமிழ்ப் பரப்பில் பிராமணரல்லாதார் சாதிகளின் ஏகபோகம் திராவிட இயக்கக் கட்சிகளின் ஆட்சியில் மேலோங்கியது. குறிப்பாக, திராவிட முன்னேற்றக் கழக ஆட்சிக்குப் பின்னரே (1967) இது வலுப்பெற்றது. தி.மு.க., சோசலிசக் கட்டுமானத்தை விஞ்ஞான வளர்ச்சி என்று முந்தைய காங்கிரஸ் அரசின் திட்டங்களுக்கு ஊக்கம் அளித்தது. சிற்றங்காடிகள், பேரங்காடிகள் உருவாக்கப்பட்டன. கூட்டுறவு வங்கிகள் பரவலாக்கப்பட்டன. பொருளாதார வளர்ச்சியின் பெயரில் உருவான இத்தகைய தொழில் முயற்சிகளுக்கு அரசின் கருவூலத்திலிருந்து ஏராளமான நிதி பிராமணரல்லாதார் கைகளுக்குச் சென்று சேர்ந்தது.

தொழில் உருவாக்கத்தில் ஈடுபட்ட பிராமணரல்லாதாருக்கு இப்போதும் காங்கிரஸ் ஆட்சியைப் போலவே அரசின் பொது நிதி மானியமாகக் கொடுக்கப்பட்டது. கூடவே தரிசு நிலங்கள் இலவசமாகவோ அல்லது குறைந்த விலைக்கோ விற்கப்பட்டன. இதே காலக்கட்டத்தில் வங்கிகள், பேருந்துகள் முதலானவை நாட்டுடமையாக்கப்பட்டன. இப்பணிகளின் நியமனப்பொறுப்பு பிராமணல்லாதார் மேலாண்மை கொண்ட அரசுகளிடம் சென்றது. அரசு பட்டியலினத்தவர்களுக்கோ, இஸ்லாமியர்களுக்கோ, கிறித்தவர்களுக்கோ இப்பணிகளை வழங்கவில்லை. இந்திய அரசியல் சாசனம் பட்டியலினத்தவர்களுக்குக் கட்டாயமாக்கிய பணியிடங்கள் பிராமணரல்லாத சாதி அதிகாரிகளால் மீறப்பட்டன. வங்கிகள் முதலான பொதுத்துறை நிறுவனங்கள் பிராமணரல்லாத சாதிகளின் தொகுப்பாக மாறின.

அதேபோல, அரசு உட்கட்டமைப்புக்கு ஏராளமான நிதியை ஒதுக்கியது. சாலை அமைத்தல், பாலம் கட்டுதல், நீர் நிலைகள், மின்சாரப் பகிர்மானம், கட்டடங்கள் கட்டுதல், பெரும் அணைகள் கட்டுதல், கனரக தொழிற்சாலைகளை நிறுவுதல் முதலான பொதுப்பணித்துறைக்கான ஒப்பந்தங்களைக் (contracts) கோரியது. ஒப்பந்தக்காரர்கள் அனைவரும் பிராமணரல்லாதவர்களாக இருந்ததால், பொதுப்பணித்துறை வழியாக ஒதுக்கப்பட்ட பெருமளவிலான நிதி பிராமணரல்லாதார் மூலதனமாகி அவர்களை மேலும் வலிமையுள்ளவர்களாக்கியது. இதற்கிணையாகவே தேர்தல்முறை மூலம் எண்ணிக்கை பெரும்பான்மை கொண்ட இடைநிலைச் சாதிகள் அரசியல் அதிகாரத்திற்கும் வந்து சேர்ந்தன. இந்தப் புதிய நிதிப் பகிர்வுக்கும் அரசியல் அதிகாரத்திற்கும் தொடர்பு உருவானது.

நிலப்பகிர்மானம் இன்றும்கூட சனநாயகமாகிவிடவில்லை. அதிக அளவிலான தரிசு நிலங்கள் பிராமணரல்லாதாரில் உள்ள இடைநிலைச் சாதிகளால் வன்முறை மூலமும், புதிய அதிகாரம் மூலமும் தன்வயப்படுத்தப்பட்டன. நிலத்தை வைத்திருந்த பிராமணர்கள் சாதி இந்துக்களின் அராஜகத்தாலும் புதிய வாய்ப்புகளாலும் நிலங்களை விற்றுவிட்டு நகரம் நோக்கியும், உயர்கல்வி நோக்கியும் கிராமங்களைவிட்டு வெளியேறினர். இந்த நிலங்கள் பெரும்பாலும் தஞ்சை மற்றும் திருநெல்வேலிப் பகுதிகளில் பிராமணரல்லாதாரில் உள்ள இடைநிலைச் சாதிகளுக்குக் கைமாறின. வட மாவட்டங்களில் நவீனக்கல்வி வளர்ச்சியால் உந்தப்பட்டு

கிராமத்தை விட்டு அந்நியமான பிராமணர்கள் தங்களின் நிலங்களைப் பள்ளி எனும் சாதியினருக்கு வழங்கினர் என இந்த அறிக்கையில் முன்பே கூறப்பட்டுள்ளது. இதே காலக்கட்டத்தில் இடைநிலைச் சாதிகளின் மேலாண்மை கொண்ட திராவிடக் கட்சிகளின் அரசு அதிகமான நிதியினை மானியத்துடன் கூடிய விவசாயக் கடன்களாக வழங்கியது. பின்னர் மின்சாரம் இலவசமாக்கப்பட்டது. தமிழக அரசால் உருவாக்கப்பட்ட நிலச் சீர்திருத்தம் கூடப் பெரும்பாலும் நிலமற்ற சாதி இந்துக்களுக்குத்தான் பயன்பட்டது.

தமிழகத்தில் உள்ள அனைத்து சிறு, குறு வணிகங்களும் குறிப்பிட்ட இடைநிலைச் சாதிகளின் கட்டுப்பாட்டிற்குள் வந்து சேர்ந்தன. வியாபாரி என்ற சொல் தமிழகத்தின் அனைத்துப் பகுதிகளிலும் உள்ள ஆதிக்கச் சாதிகளின் சொல்லாக உருமாறியது. சிறு, குறு வியாபாரமும், பெருவணிகமும் சொந்தச்சாதிகளைத் தாண்டியும் சுரண்டின. எனவே, தமிழகத்தின் பெரும் மூலதனச் சுரண்டல் என்னும் வடிவத்திற்குத் தமிழக பிராமணரல்லாதார் சாதிகளே காரணகர்த்தாவாக விளங்கின. தமிழக நிலபுலங்கள் எவ்வாறு சாதியைத் தன்னகத்தே சுமந்து வருகின்றனவோ அதைப்போன்றுதான் பெருவணிகமும் சிறு, குறு வியாபாரமும் சாதியை இறுக்கமாகப் பிணைத்து வைத்திருக்கின்றன. மொத்தத்தில் பிராமணரல்லாதார் அரசு தனது திட்டங்களால் நிலத்தையும் வணிகத்தையும் ஜனநாயகமாக்குவதற்குப் பதிலாகச் சாதிகளுக்குறியதாக மேலும் இறுக்கமாக்கியது.

சுதந்திர இந்தியாவில் காங்கிரஸ் அரசு இந்தியாவைப் பல்வேறு துறைகளில் வளர்த்தெடுப்பதற்கான பரீட்சார்த்த முயற்சிகளில் ஈடுபட்டது. இந்திய முதலாளிகள் தொழில் தொடங்குவதற்கோ வணிக நிறுவனம் தொடங்குவதற்கோ வங்கிகள் தொடங்குவதற்கோ முன்வந்தபோது அவர்களுக்கு ஏராளமான நிதியினை மானியமாகக் கொடுத்தது. அதைப் போன்று பல ஆயிரம் ஏக்கர் நிலங்களும் இலவசமாகவோ அல்லது ஆகக் குறைந்த விலைக்கோ கொடுக்கப்பட்டன. இவ்வாறாக அரசின் மூலதனங்கள் பிற்படுத்தப்பட்ட சாதிகளிடம் சேகரமானது. இதைப்போன்று சுதந்திர இந்திய அரசு கல்வி நிலையங்களைத் தொடங்குவதற்குச் சுதேச மக்களை ஊக்குவித்தது. தமிழகத்தில் உள்ள சாதிகள் பள்ளிகள் தொடங்குவதற்கு காங்கிரஸ் அரசை அணுகியபோது தாராளமனதுடன் அரசு நடந்துகொண்டது. நிலங்கள் குறைந்த விலைக்குக் கொடுக்கப்பட்டன. தமிழக நாடார் சாதிப் பள்ளிகள்

புற்றீசல் போல் இன்று பரவி இருப்பதை இங்கு கவனப்படுத்தலாம். அதைப்போன்று ஏராளமான சாதி இந்துக்கள் பள்ளிகள் தொடங்க முன் வந்தபோதும் அதே அனுக்கிரகம் கிட்டியது.

அரசிடம் பயன்பெறும் இப்பள்ளிகளில் இடஒதுக்கீடு கிஞ்சிற்றும் பின்பற்றப்படுவதில்லை. ஆசிரியர் மற்றும் அலுவலகப் பணிகளில் எண்பது விழுக்காட்டிற்கு மேல் சொந்தச் சாதிகளைச் சேர்ந்தோர் பணியமர்த்தப்பட்டனர். தற்போதுவரை அவற்றில் பெரிய அளவு மாற்றங்கள் இல்லை. தமிழக அரசு பொதுப்பள்ளிகள், கல்லூரிகள், பல்கலைக்கழகங்கள் முதலியனவற்றைத் தனது சொந்தப் பொறுப்பில் நிர்வகிக்கிறது. இங்கும் இடஒதுக்கீட்டு முறை முறையாகப் பின்பற்றப்படுவதில்லை. பல்கலைக்கழகத்தில் துறைகள் ஆரம்பிக்கப்பட்டு 25 ஆண்டுகள் ஆகியும் உரிய அளவில் தலித் பேராசிரியர்கள் பணியமர்த்தப்படவில்லை என்பதிருக்க, தலைமையாசிரியர்கள், மாவட்டக் கல்வி அதிகாரிகள் (DEO), மாவட்ட முதன்மைக் கல்வி அதிகாரிகள் (CEO) முதலான அதிகாரப் பணியிடங்களும் தலித்துகளுக்கு இன்றுவரை போய்ச் சேரவில்லை. அதைப்போன்று அரசுக் கல்லூரி முதல்வர்கள், பல்கலைக்கழகத் துணைவேந்தர்கள் பதவிகளுக்கும் இட ஒதுக்கீடு இன்றுவரை பயன்படுத்தப்படவில்லை. இதனால் பலமான அதிகாரம் பிராமணர்களிடம் இருந்து பிராமணரல்லாதார்களிடம் ஒப்படைக்கப்பட்டது. உலகமயமாக்கல் மற்றும் ஏகாதிபத்தியத்தின் விளைவாகக் கல்வி விற்பனைப் பண்டமாக உருப்பெற்றபோது, ஏற்கனவே முதலீடுகளையும், அரசியல் அதிகாரத்தையும் கொண்டிருந்த பிராமணரல்லாதார் புதிய கல்வித் தந்தைகளாயினர். இன்று நிலவிவரும் தரமற்ற கல்வி, நிர்வாகச் சீர்கேடு முதலான விளைவுகளை உருவாக்கியதில் கல்வியோடு தொடர்பில்லாமல் முதலாளிகளாக இருக்க விரும்பும் பிராமணரல்லாதோர் தலைமை வகித்தனர். இத்தகைய கல்வி நிலையங்கள் ஈட்டும் பெருமளவு நிதிகள் சாதித்தலைவர்களான கல்வித் தந்தையர்களின் செயல்பாடுகளுக்குப் பக்கபலமாகி, சாதிகளைப் பணபலம் கொண்டதாக மாற்றியிருக்கிறது.

1980களில் மைய அரசால் அறிமுகப்படுத்தப்பட்ட புதிய கல்விக் கொள்கை ஆகியவற்றின் நலன்களைப் பணம் ஈட்டும் போக்கிற்குத் தோதாக்கிக் கொண்டனர். அறிவு உருவாக்கத்தோடும் அர்ப்பணிப்போடும் அறியப்பட்ட கல்வி அவற்றோடு தொடர்பற்ற முதலாளிகளின் கைகளுக்கு மாறியது. கல்வி முற்றிலுமாக வணிகமயமாகியது. இக்கல்வி நிலையங்களின் முதலாளிகளாக

முன்னாள், இன்னாள் அமைச்சர்கள், சட்டமன்ற உறுப்பினர்கள், சாதிக்கட்சித் தலைவர்கள் என்றிருப்பதாகப் பார்க்கலாம். கடந்த இருபதாண்டுகளில் தமிழகமெங்கும் உருவாக்கப்பட்டிருக்கும் பள்ளிகள், கலை-அறிவியல், பொறியியல் கல்லூரிகள், நிகர்நிலைப் பல்கலைக்கழகங்கள் என யாவும் 99.9 சதவிகிதம் ஆதிக்கச் சாதிகளால் நடத்தப்பட்டு, அங்கு இடஒதுக்கீடு குறித்த சிறுபேச்சும் எழுப்பப்படாத நிலைமை பேணப்படுகிறது. இதே போல மாநிலப் பல்கலைக்கழகங்கள் மற்றும் கல்லூரிகள் பணிவாய்ப்பிலும் மாணவர் சேர்க்கையிலும் வெகு சாதாரணமாக மீறப்படும் இடஒதுக்கீடு குறித்துச் சிறிய முணுமுணுப்பைக் கூட யாரும் காட்டுவதில்லை. இச்சூழலில் தமிழகமெங்கும் கிறித்தவக் கல்வி நிறுவனங்களும் முழுமையாகச் சாதிக் கிறித்தவர்களின் வசமாகியிருக்கிறது என்பதை விரிவாக விளக்கத்தேவையில்லை.

சுதந்திர இந்தியாவில் சோசலிசக் கட்டுமானம், புதிய பொருளாதாரக் கட்டுமானம் என்கிற இரண்டு வகைச் செயல்பாடுகள் நடந்தேறியிருக்கின்றன. சோசலிசக் கட்டுமானத்தில் உள்ளூர் மூலதனம் சமூக மூலதனமாக உருவெடுத்தது. பஞ்சாயத்து ராஜ் நடைமுறை மூலம் திரட்டப்பட்ட உள்ளூர் மூலதனமும் கிராம அளவில் சமூக மூலதனமாக உருமாறியது. உள்ளூர் வளங்கள் அரசின் திட்டங்களாக வளர்ச்சி அடைந்து சமூக மூலதனமாக உருமாறின. அந்தச் சமூக மூலதனங்களின் பங்கு அனைத்து மக்களுக்கும் செல்லவில்லை. சோசலிசக் கட்டுமானத்தின் இச்செயல்முறை பேசப்படாமலும் விவாதிக்கப்படாமலும் கைவிடப்பட்டிருக்கின்றன. கிராம அளவிலான நில இடு பொருள், அதற்கான இலவச மின்சாரம், உரத்தேவைகள் சமூக மூலதனத்தில் இருந்து பிராமணரல்லாதார் சாதிகளுக்கு வழங்கப்பட்டது. இவ்வாறு சமூக மூலதனத் தொகுப்பிலிருந்து இலவசமாகப் பெறப்பட்ட உதவிகள் வழியாகப் பிராமணரல்லாத சாதிகள் அதிக இலாபம் ஈட்டின. பொருளாதார உற்பத்தியின் வாயிலாகப் பிராமணர் அல்லாதார் சாதிகள், தங்களின் சாதி பலத்தை வளர்த்தெடுத்துள்ளன. இப்பலத்தைக் கொண்டு அரசியல் அதிகாரத்தையும் கைப்பற்றின. சோசலிசக் கட்டுமானத்தின் மூலதனக் கைப்பற்றுதல் வழியாக அரசியல் அதிகாரம் நோக்கிப் பிராமணரல்லாதார் இவ்வாறுதான் வந்தடைந்தனர்.

இந்திய அரசுதான் மேற்கொண்ட தொடக்ககால சோசலிச செயல் திட்டங்களைக் கைவிட்டு, கடந்த இருபது ஆண்டுகளுக்கும்

மேலாகப் புதிய பொருளாதாரச் செயல்திட்டத்தை நடைமுறைப்படுத்திவருகிறது. இதன் விளைவாகப் பன்னாட்டு நிறுவனங்கள் தமிழகத்தில் புற்றீசல் போல் முளைக்கத் தொடங்கியுள்ளன. தமிழகத்தின் சுற்றுச்சூழலுக்கு நெருக்கடி கொடுக்கும் இத்தொழிற்சாலைகள் பெரும்பாலும் பிராமணரல்லாத சாதிகளின் நிர்வாக மேலாண்மையின் கீழ்நிலை கொண்டுள்ளன. முன்பு சோசலிச பொருளாதாரக் கட்டுமானத்தில் பயனடைந்த பிராமணரல்லாத சாதிகள் அதன் தொடர்ச்சியாகத் தற்போது பன்னாட்டு நிறுவனங்களால் பயனடைந்துவருகின்றன. பன்னாட்டு நிறுவனங்களில் பிராமணர்களும் பிராமணரல்லாதவர்களும் வேலைக்குப் படை எடுக்கின்றனர். இன்சூரன்ஸ் கம்பெனிகளிலும் தொழில் நிறுவனங்களிலும் இவர்களின் பங்கேற்பே அதிகம்.

இப்புதிய பொருளாதாரக் கட்டுமானம் மூலமாக இயற்கை வளங்களைச் சுரண்டி எடுத்துப் பன்னாட்டு நிறுவனங்களிடம் இடைநிலைச் சாதிகள் கையளித்தன. கடந்த 20 ஆண்டுகளில் ஆற்றுப்படுகைகள் சுத்தமாகச் சுரண்டப்பட்டுவிட்டன. வளமான விவசாய நிலங்கள் நஞ்சை உமிழும் பன்னாட்டுத் தொழிற்சாலைகளுக்கு விற்கப்பட்டன. மலைகள் கிரானைட் ஏற்றுமதிக்காகப் பெயர்த்தெடுக்கப்பட்டன. இவ்வாறு தமிழகத்தில் உள்ள இயற்கை வளத்தின் அடிமடியை அறுத்தெடுத்து உருவான மூலதனத்தில் பிராமணரல்லாத இடைநிலைச் சாதிகள் பெரும் பயனைப் பெற்றிருக்கின்றன. இவ்வாறு பன்னாட்டு நிறுவனங்களின் தொடர்பால் உருவான மூலதன பலம் கிராமப்புறங்களில் தலித்துகள் மீதான வன்முறைக்கும் பின்புலமாகமாறியிருக்கிறது. இத்தகைய அளவிட முடியாத மூலதனமே பிராமணரல்லாத இடைநிலைச் சாதிகளின் தேசிய மற்றும் மாநில அளவிலான அரசியல் அதிகாரத்தில் பங்கேற்பதற்கு வழியேற்படுத்திக் கொடுக்கின்றன. இத்தகைய செயல்பாடுகளின் மூலமாகப் பிராமணரல்லாத சாதிகள் தங்களுக்குள் பின்னிப் பிணைந்து சாதியை மென்மேலும் வலுவுள்ளதாக மாற்றி வருகின்றன.

பன்னாட்டுக் குளிர்பானங்களின் டீலர்களெல்லாம் ஏறக்குறைய பிராமணரல்லாத சாதிகள்தான். குளிர்பானங்களை விற்றுக் கொடுக்கும் சிறு, குறு வியாபாரிகளும் அவர்களே. அதைப்போன்று நுகர்வுச் சந்தையை வெற்றிகரமாக விரிவுபடுத்தியதில் பிராமண மற்றும் பிராமணரல்லாத அறிவாண்மை, பன்னாட்டு நிறுவனங்களுக்குப் பங்களித்தது. புதிய பொருளாதாரக் கொள்கை

ஏற்கனவே வலுவூட்டப்பட்ட பிராமணரல்லாத இடைநிலைச் சாதி அதிகாரத்தைப் பெருத்த பண வரவின் மூலமாக அசைக்க முடியாதவையாக மாற்றியமைத்திருக்கிறது. ஆனால், அந்நிறுவனங்கள் துப்புரவு பணிகளை மட்டும் தலித்துகளிடம் ஒப்படைத்தன. இவ்வாறு உருவாகியிருக்கும் புதிய பொருளாதார வரவு மேலாண்மை கொண்டிருக்கும் சாதி வரையறையைத் தாண்டவில்லை.

காலனியத்திற்குப் பிந்தைய சுதேச அரசு காலனியச் சட்டங்களை அப்படியே பாதுகாத்தது. இன்னும் குறிப்பாகக் காலனியம் விரித்துப் போட்ட சில நல்ல காரியங்களைக்கூட வளர்த்தெடுக்காமல், சாதிகளை வலுவானதாக மாற்றுவதிலேயே கவனம் குவித்தது. காலனியத்தை நோக்கி குரல் எழுப்பிய சுதந்திரம் போராட்டத் தியாகிகள் சொந்த சாதிகளின் அராஜகம் குறித்துக் குரல் எழுப்பவில்லை. சாதியக் கட்டமைப்பில் காலனியம் சிறு கீரலை விளைவிக்க முயன்ற போதெல்லாம் சாதிகள் கூக்குரலிட்டன. ‘ஆயிரம் உண்டிங்கு சாதி; எனில், அந்நியர் புகுவதென்ன நீதி’ என்று சப்பைக் கட்டு கட்டப்பட்டன.

சுதேச அரசின் செயல்பாடுகள் சாதியை மட்டுமே அதிகாரத்தைப் பகிர்ந்தளிப்பதற்கான அளவுகோலாக்கின. அத்தோடு சாதிகளின் எழுச்சியைக் கள்ள மௌனத்தோடு பயன்படுத்திக்கொண்டு வருகின்றன. இத்தகைய செயல்பாடுகள் தலித்துகளை முற்றிலுமாகப் பொது நீரோட்டத்தோடு இணைய முடியாமல் தடுத்துவிட்டன. பொதுவெளி என்பதை சுதேச அரசு சாதிவெளியாக மாற்றியதைத் தாண்டி வேறு ஒன்றையும் செய்துவிடவில்லை.

சோசலிசக் கட்டுமானம் தொடங்கி புதிய பொருளாதாரச் செயல்பாடுகள்வரை தமிழகத்தில் தலித்துகளுக்கு எத்தகைய பலன் கிடைத்தது என்பதையும் பேசிவிடலாம். சுதந்திர இந்தியாவில் உள்ளாட்சி நிர்வாக நடவடிக்கைகள் முழுமூச்சாகச் செயல்படுத்தப்பட்டன. ஊராட்சி, ஊராட்சி ஒன்றியங்கள், பேரூராட்சி, நகராட்சி, மாநகராட்சி என்பதாகப் பகுத்துக்கொள்ளப்பட்டன. சோசலிசக் கட்டுமானச் செயல்பாடுகள் மேற்குறித்த அமைப்புகள் மூலமாக முடுக்கிவிடப்பட்டன. உள்ளாட்சி அமைப்புகள் சுய நிறைவு கொண்டவையாக மாற்றப்பட்டன. வீட்டுவரி, சந்தைவரி, நீர்வரி, நிலவரி, சாலைவரி வாயிலாக உள்ளூர் மூலதனம் உருவாக்கப்பட்டது. இதன்மூலமாகவே உட்கட்டமைப்புகள் செயல்படுத்தப்பட்டன. இவைதாண்டிய மூலதன வரவு மாநில அரசு

மூலம் உள்ளாட்சிகளுக்கு வந்து சேர்ந்தது. அரசின் நலத் திட்டங்களும் ஊராட்சி அமைப்புகளுக்கு மடைமாற்றம் செய்யப்படும் இலவசத் திட்டங்களும், கட்டுமான நடைமுறைகளும் எப்பகுதி மக்களைப் பலமுள்ள சக்திகளாக மாற்றின என்ற ஆய்வு முக்கியமானதாகும்.

தமிழக அரசு சாதி அடிப்படையில் மக்களை ஆதிதிராவிடர், பிற்படுத்தப்பட்டோர், மிகவும் பிற்படுத்தப்பட்டோர், முற்பட்டோர் என்று பட்டியல்படுத்தியிருக்கிறது. இச்சாதிகள் அனைத்திற்கும் பொதுவான திட்டம் ஒன்றையும், ஆதிதிராவிடர் மற்றும் பழங்குடியினர் நலத்துறை, பிற்படுத்தப்பட்டவர்களுக்குத் தனித்தும் வரவு செலவுத் திட்டத்தை முன்வைக்கிறது. மாநிலத்தில் உள்ள வருவாயைக் கணக்கில் கொண்டு மேற்படித் திட்டங்கள் நடைமுறைப்படுத்தப்படுவதாக அறியப்படுகிறது. இதில் SC, ST பிரிவினருக்குத் தமிழக அரசு தனது சொந்த நிதியிலிருந்து எத்தகைய திட்டங்களை அறிவிக்கிறது?

SC, ST பிரிவினருக்கு மத்திய அரசு ஒவ்வொரு ஐந்தாண்டு திட்டத்தின்போதும் பல்வேறு திட்டப் பணிகளை வகுக்கிறது. அத்தகைய திட்டங்களை மாநில அரசுகள் தங்களது மாநிலங்களின் தன்மைக்கேற்ப விரிவாக்கலாம். தமிழகத்தில் SC, ST பிரிவினருக்கான ஆதிதிராவிடர் நலத்துறை அமைச்சகம் ஒன்று செயல்பட்டுவருகிறது. பட்ஜெட்டில் உள்ளூர் மூலதனத்தில் இருந்து ஆதிதிராவிடர்க்கு என எந்தவொரு திட்டத்தினையும் அறிவிப்பதில்லை. மாறாக, மத்திய அரசின் திட்டங்கள் மட்டுமே பட்ஜெட்டிற்குள் கொண்டுவ்ரப்பட்டு, அது மாநில அரசின் திட்டமாகக் காட்டப்படுகிறது. விதிவிலக்காக தி.மு.க. அரசு மதம் மாறிய தலித்துகளுக்குக் கல்வி உதவித்தொகையை மட்டும் அறிவித்தது. கடந்த தி.மு.க. ஆட்சியில் (2006-2011) ஆதிதிராவிட எழுத்தாளர்களுக்கான புத்தக வெளியீட்டிற்கான உதவித்தொகையை அறிவித்தது. மற்றபடி தொகுப்பு வீடுகள், பள்ளிகள், தொழிற்பள்ளிகள், தாட்கோ நிறுவனம், தீண்டாமை ஒழிப்பு குறித்தான பிரச்சாரம், தீண்டாமை ஒழிந்த கிராமங்களுக்கான விருதுகள், மாவட்ட ஆதிதிராவிடக்குழுக்கள், மாநிலக் குழுக்கள், மாநில SC, ST கமிஷன் முதலான அனைத்து நடவடிக்கைகளும் மத்திய அரசின் திட்டங்களின் அறிவிப்பேயாகும்.

மத்திய அரசு SC, ST பிரிவினருக்கு அனுப்பும் நிதிகளை மாநிலங்கள் முழுவதுமாகச் செலவழிப்பதில்லை. மிகக் குறைந்த நிதியை மத்திய அரசு அறிவித்த திட்டங்களுக்காக அங்கொன்றும் இங்கொன்றுமாகச் செலவு செய்துவிட்டு, மீதம் உள்ள தொகையைப்

பொதுத் திட்டங்களுக்கு மடைமாற்றம் செய்கின்றன. அத்தோடு ஒவ்வொரு ஆண்டும் பெருமளவிலான நிதி மத்திய அரசிற்குத் திருப்பி அனுப்பப்படுகிறது. இவ்வாறு மாநில அரசுகளால் மத்திய அரசுக்குத் திருப்பி அனுப்பப்படும் நிதியின் மதிப்புப் பல ஆயிரம் கோடி ரூபாயாகும். இதனைக் கருத்தில் கொண்டுதான் காங்கிரஸ் தலைமையிலான முந்தைய ஐக்கிய முன்னனி அரசு 'சிறப்பு உட்கூறு திட்டத்தினை' அறிமுகம் செய்தது. சிறப்பு உட்கூறு திட்டத்தின் கீழ் மாநில அரசு தனி பட்ஜெட்டை அறிவிக்க வேண்டும் என மத்திய அரசு அறிவுறுத்தியது. ஆனால், மாநில அரசுகள் அதற்குச் செவிசாய்க்கவில்லை. தில்லியில் ஷீலா தீட்சித் தலைமையிலான காங்கிரஸ் அரசு காமன்வெல்த் விளையாட்டுப் போட்டிக்குச் சிறப்பு உட்கூறு திட்ட நிதியினைத்தான் திருப்பிவிட்டது. கடந்த தி.மு.க. (2006 - 2011) அரசு வேறு பல திட்டங்களுக்கு இந்த நிதியினைத் திருப்பிவிட்டது. இலவச வண்ணத் தொலைக்காட்சிகள், பசுமை வீடுகள் முதலானத் திட்டங்களுக்குச் சிறப்பு உட்கூறுத் திட்ட நிதி திருப்பிவிடப்பட்டது. இதற்கு முந்தைய தி.மு.க. ஆட்சியில் (1996 - 2001) ஆதிதிராவிடர்களுக்கான நிதியிலிருந்து பெரியார் நினைவு சமத்துவபுரக் திட்டத்திற்குத் திருப்பிவிடப்பட்டது. ஆனால், மத்திய அரசு மாநிலங்கள் மீது எத்தகைய நிர்பந்தத்தையும் உருவாக்குவதில்லை. மாநில அரசுகள் தலித் திட்டங்களை ஏன் இவ்வாறு நிர்மூலமாக்குகின்றன எனும் கேள்விக்குப் பதில் சுலபமானது. இன்றைய சாதிய சமூகத்தில் அரசும், நிர்வாக அதிகாரிகளும் சாதியமயமாய் இருப்பதன் விளைவுதான் இது.

தலித் திட்டங்களை இவ்வாறு நிர்மூலப்படுத்தும் மாநில அரசுகள் மாநில வளங்களை என்ன செய்கின்றன? மாநில வளங்களை மாநிலச் சூழலில் நிலவும் சாதி அதிகாரத்திற்கேற்ப கையாளுகின்றன. அதாவது, எண்ணிக்கை பலமுள்ள சாதிகளுக்கான திட்டங்களாக மாநில வளங்கள் அறிவிக்கப்படுகின்றன. SC, ST பிரிவினருக்கான திட்டங்களை அப்படியே நகல் எடுத்துப் பிற்படுத்தப்பட்டோர் அமைச்சகம் பிற்படுத்தப்பட்டோர், மிகவும் பிற்படுத்தப்பட்டோர், சீர் மரபினர் திட்டங்களாக அறிவிக்கின்றது. உதாரணமாக, ஆதிதிராவிடர் தொடக்கப்பள்ளிகளில் ஆதிதிராவிடர் இனத்தைச் சேர்ந்தவர்களை மட்டுமே நியமித்தல் என்பதைக் கொள்கை அளவில் மாநில அரசு ஏற்றுக்கொண்டுள்ளது. இதற்கான வேர் காலனியக் காலத்தில் இருந்து தொடக்கம் கொள்கிறது. 1890களில் ஆல்காட் பஞ்சமர் பள்ளிகளை உருவாக்கினார். பஞ்சமர் பள்ளிகளில் பணியாற்ற பிராமணர்களோ, சாதி இந்துக்களோ தயாராக

இல்லை. எனவே, அதே சாதியிலிருந்து அர்ப்பணிப்பு உணர்வு கொண்ட ஆசிரியர்களை உருவாக்குவதற்கு ஆல்காட்டும் சில மிஷனரிகளும் முயன்றனர். அதனைக் காலனிய அரசும் ஏற்றுக் கொண்டது. அதன் தொடர்ச்சியை அரிசனத் துறை, தி.மு.க. அரசால் பெயர்மாற்றப்பட்ட ஆதிதிராவிடர் துறை ஆகியவையும் பின்பற்றின. அதனை 1963ஆம் ஆண்டில் அரசாணை எண்.405 உறுதிப்படுத்தியது.

அரசாணை எண்.405இன் படி 'தொழிலாளர் நல சார்நிலைப் பணியிடங்களின் கீழ் வரையறுக்கப்பட்ட கள்ளர் சீரமைப்புத் திட்டப் பணிகளில் வரையறுக்கப்பட்டிருந்த தொடக்கப் பள்ளிகளின் வேலைவாய்ப்பில் பிரமலைக் கள்ளருக்கு முன்னுரிமை கிடையாது எனக் கூறப்பட்டுள்ளது. இந்நிலையில் 1969ஆம் ஆண்டு பிற்படுத்தப்பட்டோர் துறை உருவாக்கப்பட்டது. கள்ளர் பள்ளிகள் இதன் கீழ் வந்தன. இப்போதும் கள்ளர் தொடக்கப் பள்ளிகளில் பிரமலைக் கள்ளருக்கு முன்னுரிமை வழங்கப்படவில்லை. இச்சூழலில் 20.08.1998 அன்று மதுரை மாவட்ட ஆட்சியர் அரசுக்குக் கடிதம் ஒன்றை அனுப்பினார். அக்கடிதத்தில், "ஆதிதிராவிடர், பழங்குடியினருக்கு அத்துறை பள்ளிகளில் ஆசிரியர் பணி நியமனங்களில் முன்னுரிமை வழங்குவது போல், பல்லாண்டு காலமாக கள்ளர் சீரமைப்புப் பள்ளிகளில் ஆசிரியர் நியமனங்களில் பிரமலைக் கள்ளர் இனத்தவர்களுக்கு அளிக்கப்பட்டுவந்த முன்னுரிமைச் சலுகையைத் தொடர்ந்து செயல்படுத்த பிரமலைக் கள்ளர் பிரதிநிதிகள் வலியுறுத்திவருகின்றனர் என்றும் இதுகுறித்து அரசு பரிசீலனை செய்து விரைவாக ஆணைகள் வழங்கும்படியும்" தெரிவித்துள்ளார்.

மேற்குறித்த மதுரை மாவட்ட ஆட்சியர் கடிதத்தில் இக்கோரிக்கை 'பல்லாண்டு காலம்' என்று தொன்மக் கதைபோல் சொல்லப்பட்டுள்ளது. ஆனால், அரசு மதுரை மாவட்ட ஆட்சியர் கடிதத்தின் அடிப்படையில் 1999 பிப்ரவரி 15இல் அரசாணை எண் 7ஐ அறிவித்தது. அந்த அரசாணையில் தொடக்கக் கல்வியில் சீர்மரபினர் பிரிவில் பிரமலைக் கள்ளர்களுக்கு மட்டும் முன்னுரிமை கொடுத்தது. அதன் வாயிலாக அந்த ஆண்டில் வேலைவாய்ப்பு அலுவலகத்தின் மூலம் பணிமூப்பின் அடிப்படையில் 200 ஆசிரியர்கள் நியமிக்கப்பட்டனர். அதைத் தொடர்ந்து 01.06.2002இல் உடற்கல்வி ஆசிரியர் மற்றும் சிறப்பு ஆசிரியர் பணியிடங்களுக்கும் பிரமலைக் கள்ளரை நியமிக்க அரசு ஆணையிட்டது. இது அரசியல் சாசனத்தால்

உறுதிசெய்யப்படவில்லை என்பதோடு, நடைமுறைப்படுத்தப்படவும் இல்லை. ஆனால், சீர்மரபினர் திட்டம் முறைப்படுத்தப்படுவதோடு, முற்றிலும் நடைமுறைப்படுத்தப்படுகிறது.

ஒருவேளை அரசுகள் தலித்துகளுக்கான திட்டங்களை அறிவிக்கவோ, செயல்படுத்தவோ முற்படும் தருணத்தில் பிற்படுத்தப்பட்டவர்கள் என்ன செய்கின்றனர்? கிராமங்களில் பசு மாடுகளைத் தலித்துகளின் பெயரில் கூட்டுறவுச் சங்கங்கள் வாயிலாகப் பெறுகின்றனர். அவ்வாறு பெறப்படுவது சம்பந்தப்பட்ட தலித்திற்கே தெரியாது என்றிருக்க, பாதிக் கழிவுகொண்ட கடன்களையும் சாதி இந்துக்கள் திரும்பக் கட்டுவதில்லை. இதேபோல் மத்திய அரசு பெட்ரோலிய விற்பனை, கேஸ் விற்பனை முதலானவற்றில் தலித்துகளுக்கென இடஒதுக்கீடு கொடுக்கிறது. பிற விற்பனை நிலையங்களைவிடத் தலித்துகள் வைத்திருக்கும் விற்பனை நிலையங்களுக்கு மானிய விலையில் மத்திய அரசு விற்பனை செய்கிறது. மிகப் பெரும் நலன் கொண்ட இத்திட்டத்தைச் சாதி இந்துக்கள் தலித் ஒருவர் பெயரில் கணிசமாக வாங்கிக் கொள்ளை இலாபம் பெறுகின்றனர். மொத்தத்தில் தலித்துகளுக்கான நலத்திட்டங்களாலும் சாதி இந்துக்களே பயனடையும் விசித்திரம் தமிழ்நாட்டில் பரவலாக நடக்கிறது.

மேற்குறித்த விவாதங்களைக் கண்ணோக்கும் ஒருவர் இயல்பாகச் சில கேள்விகளை முன்வைக்கக் கூடும். காலனிய அரசும் அதைத் தொடர்ந்து சுதந்திர இந்தியாவின் பல்வேறு அரசுகளும் தலித்துகளுக்கு ஏராளமான திட்டங்களை உருவாக்கி இருக்கிறதே; அவை ஏதும் முறையாக நடைமுறைப்படுத்தப்படவில்லை எனில், தலித்துகளின் வாழ்வாதாரம் எவ்வாறு சாத்தியமாகிறது? தலித்துகளுக்குள் மூலதனமே உருவாவதில்லையா? தலித் மூலதனம் ஒன்று உருவாகியிருந்தால், அது எப்படி உருவாகியது? என்பதான கேள்விகளே அவை.

சுதந்திரத்திற்குப் பிந்தைய ஆண்டுகளில் தலித்மூலதனம் பின் கண்டவாறு உருப்பெற்றது.

1. தலித் அரசியல் பங்கேற்பு
2. மதமாற்ற நிகழ்வுகள்
3. மத்திய அரசின் திட்டங்கள்
4. மாநில அரசின் திட்டங்கள்

5. உள்ளூர்ப் புலப்பெயர்வு
6. வெளிநாடுகளுக்கான புலப்பெயர்வு
7. புதிய பொருளாதாரக் கொள்கை

மேற்சொன்ன ஏழு வகைச் செயல்பாடுகளின் வாயிலாகத் தலித் மூலதனம் உருப்பெற்றது. இதைத் தாண்டிய வேறு வகைமைகளும் செயலாற்றி இருக்க வாய்ப்புண்டு. இந்த அறிக்கையில் மேற்குறித்த ஏழுவகைச் செயல்பாடுகள் மட்டுமே முன்வைக்கப்படுகின்றன.

தலித் அரசியல் பங்கேற்பு:

நவீன அரசியல் வடிவம் உருவான காலத்திலிருந்தே தலித்துகள் தொடர்ச்சியாக அரசியல் பங்கேற்பை உறுதிப்படுத்தி வந்துள்ளனர். காலனியக் காலத்தில் தனி ஒதுக்கீட்டின் மூலம் நியமனமுறை உருவாக்கப்பட்டது. பூனா ஒப்பந்தத்திற்குப் பின்னர் தனி ஒதுக்கீடு தேர்தல் முறை மூலம் உறுதிப்படுத்தப்பட்டது. தனி ஒதுக்கீடு அரசியல் சாசனத்தால் உறுதிபடுத்தப்பட்டு, சுதந்திர இந்தியாவிலும் தொடர்கிறது. அரசியல் துறை இடஒதுக்கீட்டின் காரணமாகத் தலித்துகள் தொடர்ச்சியாகச் சட்டமன்றம், பாராளுமன்றம், உள்ளாட்சி அமைப்புகளுக்குத் தேர்வு செய்யப்படுகின்றனர். விரல் விட்டு எண்ணும் அளவில் மத்தியிலும் மாநிலத்திலும் அமைச்சர்களாகப் பணியாற்றி வருகின்றனர். ஒரு சிலர் மாநில முதல்வர்களாகவும் பணியாற்றியுள்ளனர். இந்திய அரசியல் துறையில் வளமாகப் பணம் புழங்குகிறது. ஏனெனில், அரசியல்வாதிகள்தான் இந்த நாட்டின் தலையெழுத்தைத் தீர்மானிக்கக் கூடியவர்களாக இருக்கின்றனர். அதனால்தான் வானளாவிய அதிகாரம் கொண்ட துறையாக அரசியல் தன்னை நிறுத்திக்கொண்டது. சட்டமன்ற, பாராளுமன்ற உறுப்பினர்களுக்கும் அமைச்சர்களுக்கும் மாதச் சம்பளமும் ஓய்வூதியமும் பயணச்செலவுகளும் தங்கும் இடங்களும் பணமாகவும் இலவசமாகவும் தரப்படுகின்றன. நேரடியாக மட்டுமன்றி, மறைமுகப் பணப்புழக்கமும் ஊறிக்கொண்டே இருக்கிறது. இதில் சாதி இந்து உறுப்பினர்களோ கூட்டாகச் சேர்ந்து மறைமுகப் பணப்புழக்கத்தில் ஈடுபடுகின்றனர். படிமுறை வரிசையில் அத்தகைய நிதிகள் பங்கிடப்படுகின்றன. இவர்களோடு தலித் உறுப்பினர்களை ஒப்பிட முடியாதுதான். இருந்தபோதிலும் மேற்கண்ட மறைமுகப் பணப்புழக்கத்தின் எச்சங்கள் இவர்களுக்குக்

கிடைக்கவில்லை என்று கூற முடியாது. அதன் வாயிலாகத் தனித்த மூலதனம் ஒன்று கணிசமாக உருவானது. ஆனால், இது தலித் உறுப்பினர் ஒருவரின் தனிமனித மூலதனம் மட்டுமே. அது பங்கிடப்பட்ட சாதி மூலதனமாக மாறவில்லை.

மதமாற்ற நிகழ்வுகள்:

காலனியக் காலத்தில் இருந்து பரவலாக மதமாற்றங்கள் கிறித்தவத்தை நோக்கியும் இசுலாத்தை நோக்கியும் நடைபெற்று வருகின்றன. இதில் கிறித்தவர்கள் பல்வேறு கல்வி நிறுவனங்களை உருவாக்கினர். அதைப் போன்றே கோயில்கள் மற்றும் மதம் சார்ந்த உறுப்பு நிறுவனங்களை உருவாக்கினர். மேற்குறித்தவற்றில் தோட்ட வேலைகள், துப்புரவு வேலைகள் அனைத்தையும் தலித்துகள் மேற்கொண்டனர். கல்வி வாயிலாக ஆசிரியர் வேலைக்குத் தலித்துகள் கணிசமாகச் சென்றனர். தலித்துகள் கணிசமாகவோ அல்லது எண்ணிக்கை குறைவாகவோ பாதிரியார்களானார்கள். இவர்களிடமிருந்தெல்லாம் ஒரு வகைப் பொருளியல் ஆதாரம் உருவானது. ஆனால், இதன் வாயிலாக உருவான சிறுமூலதனம் வாழ்வியல் தேவைகளை மட்டுமே நிறைவு செய்தது. சீர்திருத்த கிறித்தவம் வாயிலாக விரல்விட்டு எண்ணக் கூடிய வணிக மூலதனம், தொழில் மூலதனம் போன்றவை தலித்துகளுக்கு வந்து சேர்ந்தன. அத்தகைய மூலதனத்தில் ஈடுபட்டவர்கள் அதைக் கொண்டு தங்கள் மீது திணிக்கப்பட்ட சாதி அடையாளத்தை மறைக்க முயன்றனர். சாதி அடையாளத்தைத் துறப்பதன் மூலம் கிடைக்கும் மன எழுச்சியைத் தலித் ஒருவனிடம் இருந்தே அறிய முடியும். எனவே, கிறித்தவ மூலதனம் நகர வாழ்க்கைக்கு இட்டுச் செல்வதாகவும் அடையாள அழிப்பின் செயல்பாடாகவும் மாறிக் கொண்டது.

மத்திய அரசின் திட்டங்கள்:

காங்கிரஸ் கட்சிக்குள் தலித்துகளின் பேரழுத்தம் சுதந்திர இந்தியா தொடங்கி இன்றுவரைச் செயல்பட்டு வருகிறது. அது காலனியக் காலத்தில் இருந்தே தொடக்கம் கொள்கிறது. காங்கிரஸ் மத்திய அதிகாரத்தில் நீண்ட காலம் இருந்தது. இன்றைய இந்தியாவின் பெரும் மூலதன வளர்ச்சிக்கும் அடிமட்ட வறுமைக்கும் அக்கட்சியே மூலப் பொறுப்பு என்றபோதும், தலித் திட்டங்களை வகுத்ததில்

அதைச் சாதகமாக மதிப்பிட இடமுண்டு. மத்திய அரசின் திட்டங்கள் வேலைவாய்ப்பு, நலத் திட்டங்கள் என்ற அளவில் உள்ளன. மத்திய தொகுப்பில் பணியிடங்களில் தலித்துகளுக்கான C, D (Grade) பணியிடங்கள் முழுவதும் நிரப்பப்பட்டுள்ளன அல்லது சதவீதத்திற்கு அருகே நிரப்பப்பட்டுள்ளன. தொலைதொடர்பு, இரயில்வே, பெட்ரோலியத்துறை, நிலக்கரித் துறை, எல்.ஐ.சி., மத்தியப் பல்கலைக்கழக அலுவலகப் பணியிடங்கள், கேந்திரிய வித்யாலயா பள்ளிகளின் அலுவலகப் பணியிடங்கள் முதலானவற்றில் C, D பணியிடங்கள் பெரும்பாலும் நிரப்பப்பட்டுள்ளன. இங்கு உருவாகும் மூலதனத்தைக் கொண்டு நகர வாழ்வில் உழன்று கொள்வதைத் தாண்டி வேறு ஒன்றும் செய்துவிட இயலாது. இதைத் தாண்டி A, B பதவிப் பணியிடங்கள், உதவிப் பேராசிரியர்கள், மத்தியப் பல்கைலக்கழக துணைவேந்தர் உள்ளிட்ட பதவிகள் தலித்துகளுக்கு மறுக்கப்பட்டுக் கொண்டே இருக்கின்றன.

உள்ளூர்ப் புலப்பெயர்வு:

சுதந்திரத்திற்குப் பிந்தைய தமிழகத்தில் நடந்த முதல் தேர்தலில் காங்கிரஸ் ஆட்சியைக் கைப்பற்றியது. ராஜாஜி முதல்வராகப் பொறுப்பேற்றார். புதிய சூழலில் புதிய ஆட்சியைத் தமிழகம் எதிர்நோக்கியது. காலனியப் பிடியில் இருந்து விடுதலைப் பெற்ற தாக்கம் புதிய ஆட்சிக்கான எதிர்ப்பார்ப்பாய் மலர்ந்தது. புதிய தேசத்தை வளமுள்ளதாக மாற்றுவதற்கான உத்வேகம் பரவலாகவே முன்னுக்கு வந்தது. ஆனால், இதற்கான வடிகாலைக் காங்கிரஸ் ஆட்சி வழங்கியதா? தமிழ் மாகாண காங்கிரஸ் இந்தியத் தேசக் கட்டமைத்தலுக்கு முதல் இரண்டு ஆண்டுகளைச் செலவழித்தது. மொழியை மையம் கொண்ட பிராமணரல்லாதோர் அரசியலுக்கு ராஜாஜியின் ஆட்சி பலியானது. காமராஜ் பொறுப்பிற்கு வந்தார். இந்நிகழ்வை பிராமண வீழ்ச்சியாகவும் எண்ணிக்கை பெரும்பான்மைச் சாதிகளின் எழுச்சியாகவும் காணவேண்டும்.

சுதந்திர ஆட்சியில் சோசலிசக் கட்டுமானம் நிர்மாணிக்கப்படுகிறது. ஒரு புதிய முறைமைக்குச் சென்னை மாகாணம் முகம் கொடுத்தது. புதிய முறைமை வெற்றிபெற அதற்கு இசைவான சிவில் நிர்வாகம் தேவை. காமராஜ் தலைமையிலான காங்கிரஸ் ஆட்சி புதிய முறைமையை வளர்த்தெடுத்ததா? சென்னை மாகாணத்தின் தலைநகர் முதல் குக்கிராமங்கள் வரையிலான சிவில் நிர்வாகம் அதிகாரச் சாதிகளின்

கீழ் இயங்கின. மாகாண அரசை இயக்குவது காங்கிரஸ் எனச் சொல்லப்பட்டாலும், உண்மையில் அரசை இயக்கியவர்கள் இவர்கள்தான். "நிர்வாகத்தின் அனைத்து மட்டங்களிலும் சாதி இந்துக்கள் நிரம்பி வழிந்தனர். தலித்துகளின் வாழ்வாதாரத்திற்கோ அல்லது சாதியற்ற செயற்பாட்டிற்கோ இவர்களின் சிந்தனையில் இடம் இருந்தது என்று கூற முடியாது. நிர்வாகமெங்கும் வியாபித்திருந்த சாதி இந்து அலுவலர்கள் அளிக்கின்ற ஆதரவினால் இங்கு ஏற்கெனவே நிறுவப்பட்டிருந்த சாதி முறைமை தொடர்ந்து நிலை பெறுகிறது. சாதி இந்து அதிகாரிகள் விஷயங்களின் தன்மையை மட்டும் பார்த்து நிர்வாகத்தை நடத்தவில்லை. சம்பந்தப்பட்ட தரப்பினைக் கருத்தில் கொண்டு நிர்வாகத்தை நடத்துகிறார்கள். அவர்களின் கோட்பாடு எல்லாருக்கும் சமநீதி என்பதல்ல. நீதி அளிப்பதில் அவர்களின் கோட்பாடு நிறுவப்பட்ட முறைமைக்கு இணக்கமாக உள்ளது" (அ.நூ.தொ.7, பக்.154) என அம்பேத்கர் காலனிய நிர்வாகம் குறித்துக் கூறிய கூற்றைப் புதிய மாகாண ஆட்சிகளுக்கும் அப்படியே பொருத்தலாம்.

சாதி இந்துக்கள் சிவில் நிர்வாகம் வாயிலாக அரசை இயக்கிய தருணத்தில்தான் காமராஜ் தான் சார்ந்த சாதியினரை நிர்வாகத்தில் இணைத்தார். அவரது ஆட்சியில் 12 காவல் ஆய்வாளர்கள் நியமனம் செய்யப்பட்டனர். அவர்கள் அனைவரும் நாடார்கள் எனச் சமீபத்திய ஆய்வுகள் தெரிவிக்கின்றன. இத்தருணத்தில்தான் தலித்துகள் பொது அரசியல் வெளியில் பங்கேற்க முயன்றதையடுத்து முதுகுளத்தூர் பகுதியில் பெரும் கலவரம் உருவானது. பொதுவெளி என்பது சாதி வரையறையை மீற முடியாதது என்பதைச் சுட்டிக்காட்டும் விதமாகப் படுகொலைகளும், பொருள் அழித்தலும் கூட்டாக நிறைவேறின.

காங்கிரஸிற்குப் பின்னர் தி.மு.க. ஆட்சிக்குவந்த அடுத்த ஆண்டே வெண்மணிப் படுகொலை (1968) நடந்தேறியது. வெண்மணிப் படுகொலை கூடப் பொது வெளியில் தலித்துகள் தங்கள் கோரிக்கைகளை வைத்துப் போராடக்கூடாது என்பதைச் சுட்டிக்காட்டியது. வர்க்கம் எனும் பெயரில் பல்வேறு ஒடுக்கப்பட்ட சாதியினர் ஒருங்கிணைந்து கூலி உயர்வு போன்ற பொதுநிலைக் கோரிக்கைகளை முன்வைத்துப் போராடினர். இச்சூழலில் சாதி இந்து நில உடைமையாளன் வர்க்கம் என்ற பொதுப்போர்வையில் இருந்த தலித்துகளை மட்டும் வடித்துக்கட்டிப் படுகொலை செய்தான். இந்நிகழ்வு எதை உணர்த்துகிறது? பொதுவெளியில் எந்த

நீலம் • 73

அடையாளத்தின் மூலமாகத் தலித்துகள் வெளிவந்தாலும் அவர்கள் படுகொலைக்கு இலக்காக்கப்படுவர் என்பதையே வெண்மணி நிகழ்வு காண்பிக்கிறது.

வெண்மணிக்குப் பின்னர் அ.இ.அ.தி.மு.க. அரசு பதவியேற்றுச் சில ஆண்டுகளில் விழுப்புரத்தில் 13 தலித்துகள் படுகொலை (1978) செய்யப்பட்டனர். வளர்ந்து வந்த நகரமான விழுப்புரத்தில் பொதுவெளியான சந்தை மற்றும் பேருந்து நிலையத்திற்கு அருகில் தலித்துகள் வசித்து வந்தனர். புதிய பொதுவெளியின் அச்சுறுத்தும் வடிவமாகத் தலித்துகள் பார்க்கப் பட்டதால், விழுப்புரம் படுகொலைகள் நடந்தன.

மேலே விவரித்த நிகழ்வுகள் எதை உணர்த்துகின்றன? சுதந்திர இந்தியாவில் உருவாகிவந்த பொதுவெளியில் தலித்துகள் இடம் பெறுவதற்கு இருந்த தடைகளைக் காட்டுகிறது. தடை மீறப்படும் தருணங்களில் படுகொலைகளும், உயிரிழப்புகளும் குறியீட்டு நிகழ்வாக நடத்தப்படுகின்றன. கிராமப்புறங்களில் இதன் தாக்கம் அதிகம். இதனாலேயே தலித்துகள் உள்ளூரிலிருந்து கணிசமாகப் புலம்பெயர ஆரம்பித்தனர். இதனைத் தலித்துகளின் உள்ளூர்ப் புலம்பெயர்தல் என அழைக்கலாம்.

புலம்பெயர்தல் தமிழகக் கிராமங்கள் பலவற்றிலும் இருந்து பரவலாக நடைபெற்றது. ஏற்கெனவே உள்ளூர் நிர்வாகம் நில உடைமையைக் கையில் கொண்டிருந்த சாதிகளுக்குக் கட்டுப்பட்டிருந்தது. புதிய மாகாண அரசு உருவாக்கியப் பொதுவெளிகள் சாதி வரம்பிற்குட்பட்டதாகியது. இதனால், கிராமச் சூழலில் அரசும், நிர்வாகமும் சாதி இந்துக்களுக்குக் கட்டுப்பட்டதாய் மாறியது. இப்புதிய வாய்ப்புக் காரணமாகப் புதிய பலத்தோடு தலித்துகள் மோசமாகச் சுரண்டப்பட்டனர். பொதுவெளி உரிமை குறித்துப் பேசினாலோ, கூலி உயர்வு குறித்துப் பேசினாலோ ஊர்ப் பஞ்சாயத்துக் கூடி கடும் தண்டனை வழங்கியது. வீடுகள் கொளுத்தப்பட்டன. குடிநீர் உள்ளிட்ட சிவில் உரிமைகள் மறுக்கப்பட்டன. விவசாய வேலைகளுக்குத் தலித்துகள் அழைக்கப்படுவதில்லை. இத்தகைய செயல்பாடுகளால் கிராமங்களிலிருந்து கணிசமான புலப்பெயர்வுகள் நடைபெற்றன. பல தருணங்களில் கூலி உயர்வு குறித்தோ, பொதுவெளி பங்கேற்பு குறித்தோ தலித்துகள் பேசினால், அவர் சார்ந்த தெருக்கள் நெருப்புக்கு இரையாகின. அவ்வாறு பாதிக்கப்பட்ட கிராமங்களில் இருந்து புலம்பெயர்வுகள் கணிசமாக நடைபெற்றன.

நில உடைமையை மீறமுடியாத தலித்துகள் விவசாய நிலங்களில் தங்களை அடிமைகளாகப் பிணைத்துக் கொண்டனர். புதிய சூழலில் ஒவ்வொரு சாதி இந்து நில உடைமையாளனோடும் தலித்துகள் இணைக்கப்பட்டிருந்தனர். இதற்குப் பண்ணைமுறை என்று பெயர். விவசாய நிலங்களில் பிணைத்துக் கொண்ட ஒரு குழு அதன் சுரண்டல் வடிவத்தில் இருந்து தப்பிக்க இரண்டு வழிகளை மேற்கொண்டது. ஒன்று கல்வி, மற்றொன்று கிராமத்தை விட்டுப் புலம் பெயர்தல்.

கிராமச் சூழலில் ஒரு தலித் தன் நிலையில் இருந்து விடுபடுவதற்கு இட ஒதுக்கீட்டை அருமருந்தாகக் கண்ணோக்கினான். அதனால் கல்வி நோக்கித் திரும்ப வேண்டியிருந்தது. அவ்வாறு திரும்பியவர்களில் கணிசமானவர்கள் இட ஒதுக்கீட்டினால் நிர்வாகத்திற்குள் நுழைந்து கிராமத்தைக் கைவிட்டனர். புதிய வேலை நிமித்தமாகப் புலப்பெயர்வை மேற்கொண்டவர்கள் புதிய நிலத்தில் தங்களது அடையாளத்தை மறைத்துக்கொண்டு, புதிய அடையாளத்தினுள் தங்களை வெளிப்படுத்திக்கொண்டனர். கல்வி பயிலாமல் கிராமத்தில் இருந்து புலம் பெயர்ந்து நகரம் சென்றவர்களுக்கு உடல்களே மூலதனமானது. அதைக் கொண்டு உதிரிப் பாட்டாளிகளாகத் தங்களை ஆக்கிக் கொண்டவர்கள் கிராமச் சூழலைக் காட்டிலும் நகரச் சூழலில் தங்களை ஆசுவாசப்படுத்திக் கொண்டனர். நகரத்தில் விரும்பினால் வேலைக்குச் செல்லலாம். கிராமத்தில் விரும்பாவிட்டாலும் வேலைக்குச் செல்லவேண்டும். விவசாயத் தொழிலில் சிறிய மூலதனத்தைக் கூட எதிர்நோக்க முடியாது. மேற்குறித்த குறைந்தபட்ச ஆசுவாசத்தால், கிராமப்புற விவசாயக்குடிகள் சன்னம் சன்னமாகப் புலப்பெயர்வில் ஆர்வம் காட்டினர்.

1980களில் தமிழகத்தில் விவசாயப் புலத்தில் மந்தநிலை நிலவியது. இதற்குத் தலித்துகளின் புலப்பெயர்வு ஒரு காரணம். விவசாய மந்தநிலையைக் கவனத்தில் கொள்ளாத மாநில அரசு உள்கட்டமைப்பில் கவனம் குவித்தது. தமிழக மக்களைத் தொலைதொடர்பால் இணைப்பதற்கான உள்கட்டமைப்பு வேலைகள் துரிதமாக நடைபெற்றன. இவ்விரண்டு வேலைகளும் மத்திய மற்றும் மாநிலத்தின் பொதுத்துறை நிறுவனங்களால் மேற்கொள்ளப்பட்டன. இந்த வேலைகளுக்கான ஒப்பந்தத் தொழிலாளர்களாகக் கிராமப்புறத் தலித்துகள் செயல்பட்டனர். எனவே, மந்தகதி விவசாயத்தைக் கைவிட்டு விட்டு, கிராமப்

புலப்பெயர்வு பெருமளவில் நடைபெற்றது. இதனைக்கணப்பொழுது புலப்பெயர்வு' என அடையாளப்படுத்தலாம். கணிசமான தலித் மூலதனம் இதன் வாயிலாக உருப்பெற்றது. இத்தகைய மூலதனம் சொந்த கிராமங்களுக்கு எடுத்துச் செல்லப்பட்டது.

புதிய பொருளாதாரக் கொள்கைக்கு இந்தியா ஆட்பட்ட தருணத்தில் விவசாய நிலங்களைச் சாதி இந்துக்கள் புதிய நிறுவனங்களுக்குக் கையளித்தனர். தலித்துகள் கட்டுமானப் பணிகளுக்குள் நுழைந்தனர். புதிய தொழிற்சாலைகளின் கட்டுமானப் பணிகளுக்குத் தலித்துகள் உடல் உழைப்பாளிகளாகத் தற்போது வரை வந்து கொண்டு இருக்கின்றனர். இவை தாண்டிப் பல்வேறுபட்ட MNC நிறுவனங்கள், பல்வேறு பெயர்களில் முளைத்திருக்கும் மருத்துவமனைகள், நிகர்நிலைப் பல்கலைக்கழகங்கள், சுயநிதிக் கல்லூரிகள் முதலானவற்றில் துப்புரவுப் பணியாளர்களாகத் தலித்துகள் நியமிக்கப்படுகிறார்கள். இதன் வாயிலாக மிகக் குறைந்த மூலதனம் உருப்பெறுகிறது. வெளி நாடுகளுக்குப் புலம்பெயர்ந்து தலித்துகள் செல்கின்றனர். இரண்டு அல்லது மூன்று ஆண்டுகள் அங்கு உடல் உழைப்பில் ஈடுபடுகின்றனர். அதனால் உருவான மூலதனம் கிராமத்திற்கு வந்து சேர்கிறது.

தலித் மூலதனம் சமூக மூலதனமாகவோ அல்லது சாதி மூலதனமாகவோ உருவாகிவிடவில்லை. ஏனெனில், இவர்களின் உடலுழைப்புத் தொழிலின் உபரி பல்வேறுபட்ட நிறுவனங்களால் உறிஞ்சப்படுகிறது. எனவே, தலித் மூலதனம் தனித்த மூலதனமாக உருவாகவில்லை. தேவையைத் தாண்டிப் பொது மூலதனமாக அவை வந்து சேரவும் இல்லை. வாழ்வதற்கான மூலதனச் சேர்க்கையே தலித் ஒருவரின் இறுதி இலட்சியமாக மாறிவிட்டது. மொத்தத்தில், சேர்க்கையே தலித் ஒருவரின் இறுதி இலட்சியமாக மாறிவிட்டது. தலித்துகளின் உள்ளூர்ப் புலப்பெயர்வு 'பொது' என்பதில் இருந்து இடைமறிக்கப்பட்டதால் நடந்தேறியிருக்கிறது. இத்தகைய புலப்பெயர்வால் விவசாயம் செய்வதற்கான கூலித் தொழிலாளிகள் இன்று கிராமத்தில் கிடைக்காமல் போயிருக்கின்றனர். விவசாய அறிவு தலித்துகளிடம் தங்கியிருந்தது. தலித்துகளின் உள்ளூர்ப் புலப்பெயர்வால் விவசாய அறிவுமங்கி, சாதி இந்துக்களின் நிலங்களை வறண்டு போகச் செய்தன. அதனாலேயே சாதி இந்துக்கள் 'விவசாயக் கூலிகள் இன்று கிடைப்பதில்லை' எனக் கூறுகின்றனர். பிரச்சனையின் மையம் சமூக அமைப்பின் சுரண்டல் வடிவத்திடம் இருக்கிறது என்ற உண்மையைச் சாதி இந்துக்கள் புரிந்துகொள்வதில்லை.

இடஒதுக்கீடும் சாதிகளின் மீள்கட்டுமானமும்

இன்றைய சாதியமைப்பில் இடஒதுக்கீடு என்கிற நடைமுறைக்குப் பிரதான இடமிருக்கிறது. இங்கு சமூக மாற்றத்திற்கு ஆதாரமாக இடஒதுக்கீட்டு முறைதான் ஒரே வழிமுறையாக நம்பப்படுகிறது. அதனாலேயே இடஒதுக்கீடு கேள்விக்கு அப்பாற்பட்டதாகவும் பரிசீலனைக்குட்படாததாகவும் ஆக்கப்பட்டிருக்கிறது. இடஒதுக்கீட்டை கிட்டத்தட்ட சிற்சில வேறுபாடுகளுடன் எல்லாக் கட்சிகளும், அதேபோல அனைத்துச் சாதிகளும் கோருகின்றன. இக்கோரிக்கைக்காகத் தங்களுடைய வாக்கு எண்ணிக்கையைக் காட்டி அரசையும் கட்சிகளையும் சாதிகள் இணங்க வைக்கின்றன. பெரும்பாலான சாதி அமைப்புகள் இடஒதுக்கீட்டு கோரிக்கைக்காகவே முளைத்தன. இடஒதுக்கீடு கேள்விக்கு அப்பாற்பட்டதாக இருப்பதால், அத்தகைய சாதிக் கட்சிகளின் இட ஒதுக்கீட்டுக் கோரிக்கைகளும் இங்கு ஆதரிக்கப்படுகின்றன.

ஆனால், இடஒதுக்கீட்டை ஒடுக்கப்பட்ட சாதிகளுக்கான வாய்ப்பு என்ற நோக்கத்திலேயே இந்திய அரசியல் சட்டம் முன்மொழிந்தது. அதனாலேயே அவ்வொதுக்கீட்டைப் பத்தாண்டுக்கொருமுறை பரிசீலனைசெய்து நீட்டிக்க வேண்டும் என்று முடிவுசெய்தது. ஆனால், தலித்துகள் உள்ளிட்ட எவரின் ஒதுக்கீட்டையும் மறுஆய்வு செய்யாமல் நாடாளுமன்றத் தேர்தல் அதிகாரத்திற்கேற்ப அவற்றை நீட்டித்துவருகின்றனர். அதோடு சமூக ஒடுக்குமுறையை அடிப்படையாகக் கொள்ளாமல், எண்ணிக்கை,

அதிகாரம் சார்ந்து அனைத்துச் சாதிகளுக்கும் ஒதுக்கீடு என்கிற நடைமுறை பரவலாகி வருகிறது. அதன் வாயிலாக அதிகாரமற்றவர்களுக்கு அதிகாரம் என்று அரசியல் சட்டம் விரும்பிய இடஒதுக்கீட்டுத் தத்துவம் காலாவதியாகி வருகிறது. தமிழ்நாட்டைப் பொறுத்தவரையில் அனைத்துச் சாதிகளுக்கும் இடஒதுக்கீடு தேவை என்கிற கருத்து அதிகச் செல்வாக்கோடு இருக்கிறது. அதாவது, பிராமண சாதியை எதிராக வைத்துப் பிராமணரல்லாதவர்களைப் பிரதிநிதித்துவப்படுத்திய திராவிட இயக்கம் வகுப்புவாரியான ஒதுக்கீடு என்கிற கருத்தை மிக நீண்ட காலமாகப் பேசி வந்துள்ளது. பிராமணரால் பிராமணரல்லாதோர் அனைவரும் ஒடுக்கப்பட்டவர்களாகச் சொல்லப்பட்டதால், பிராமணரல்லாதோரிடையே காணப்பட்ட சாதி உயர்வு, தாழ்வு மற்றும் தலித்துகள் மீதான ஒடுக்குமுறை ஆகியவை அந்த இயக்கத்தின் ஒற்றைமயப் பிரச்சாரத்தால் மறைந்து போனது. இதன் மூலம் தீண்டப்படாதவர்களுக்குப் போலவே தீண்டப்படுவோர்களுக்கும் ஒதுக்கீடு செய்வது நியாயமாக்கப்பட்டது.

இங்கு எண்ணிக்கைக்கு ஏற்ப ஒதுக்கீடு செய்யப்படும்போது அந்தச் சாதி ஏற்கெனவே சமூகத்தில் பெற்றிருக்கும் பொருளாதார மற்றும் சமூக அதிகாரம் போன்றவை கணக்கில் கொள்ளப்படுவதில்லை. எனவே, ஏற்கெனவே பெற்றிருந்த சமூக அதிகாரத்தோடு நவீன அரசு ஈட்டித்தரும் இடஒதுக்கீட்டு அதிகாரமும் சேரும்போது சாதி அதிகாரம் மட்டுப்படாமல் அதிகரிக்கிறது. இன்றைய இடஒதுக்கீட்டுத் தத்துவம் சமத்துவத்தை உருவாக்குவதற்கு உதவாமல் போய்விட்டது. அதனால்தான் அம்பேத்கர் பிராமணர், பிராமணரல்லாதார் என்கிற எதிர்வைக் கொள்ளாமல், தீண்டப்படுவோர், தீண்டப்படாதோர் என்கிற எதிர்வைக் கையாண்டார். மொத்தத்தில் தீண்டப்படாதோருக்கு இடஒதுக்கீடு அளிக்கப்பட்டாலும், இன்றைய இடஒதுக்கீட்டுக் கருத்தியல் பெரும்பான்மைச் சாதிகளுக்கு ஆதரவாகவே உள்ளது. இதன் விளைவாக இடஒதுக்கீடு குறித்து அறிவார்ந்த விவாதம் சாத்தியமற்றதாகவே இருக்கிறது. இடஒதுக்கீட்டின் மூலம் பயன்பெறும் பயனாளிகளின் மாற்றத்தையும் அவர்கள் இடம்பெற்றிருக்கும் சாதிப்பட்டியலின் சமூக நிலையையும் கணக்கில் கொண்டு ஆராயவில்லை. இதுவரையில் வழங்கப்பட்ட இடஒதுக்கீட்டிற்கும் அதற்குத் தகுந்த நோக்கில் உருவாக்கப்பட்ட சாதிப் பட்டியலுக்கும் சமூகத் தளத்தில் நடந்து வந்த மாற்றத்திற்குமான தொடர்பு குறித்த ஆய்வுகள் இங்கு மேற்கொள்ளப்படவில்லை.

இட ஒதுக்கீட்டிற்கான வேர் காலனிய ஆட்சியில் இருந்தே தொடங்குகிறது. காலனிய அரசு ஆங்கிலக் கல்விக்குப் பிராமணர்கள் மற்றும் உயர்சாதி இந்துக்கள் வந்து சேர வேண்டுமென்பதற்காகவே இலவசங்களை நடைமுறைப்படுத்தியது. இலவசங்கள் மூலம் அதிகாரத்தைக் கெட்டியாகப் பிடித்துக்கொண்ட பிராமணர்களைப் போல, பிராமணர் அல்லாதவர்களும் அதிகார வெளிக்குள் நுழைய விரும்பினர். அதனை வகுப்புவாரிப் பிரதிநிதித்துவம் என்பதாக அவர்கள் அறிவித்துக் கொண்டனர். அது பின்னாளில் நீதிக்கட்சியின் அரசியல் அடிப்படையானது. எனவே, நீதிக்கட்சி 1920களில் வகுப்புவாரிப் பிரதிநிதித்துவத்தைக் கொண்டு வந்தது. நீதிக்கட்சி செயல்பாடுகளுக்கு முன்பே தலித்துகள் தங்களுக்கான தனித்த ஒதுக்கீட்டைப் பெற்றிருந்தனர். இந்நிலையில் பெரியார் பிராமண எதிர்ப்பை மட்டுமே முன்னிறுத்திப் பிராமணரல்லாதோரின் மேம்பாட்டிற்காக வகுப்புவாரிப் பிரதிநிதித்துவத்தைத் தொடர்ந்து வலியுறுத்தினார். ஆனால், அம்பேத்கர் இடஒதுக்கீட்டைச் சுதந்திர இந்தியாவில் தீண்டப்படாதவர்களுக்கு மட்டுமே உரித்தாக்கினார். அன்றைய காங்கிரஸ் அரசும் அதனை ஏற்றது. அம்பேத்கர் இடஒதுக்கீட்டை எண்ணிக்கை அடிப்படையில் வழங்குவதற்கு எதிராக இருந்தார். வீழ்த்தப்பட்டோருக்கு மட்டுமே வாய்ப்பு என்பதில் உறுதி காட்டினார். வீழ்த்தப்பட்டவர்களாக இன்றைய தலித்துகளை அடையாளப்படுத்தினார். ஆனால், பெரியார் இடைநிலைச் சாதிகளின் இடஒதுக்கீட்டிற்காக அவர்களைப் பலவீனமானவர்கள் என்று சொன்னார்.

காலனியத்திற்குப் பிந்தைய இந்தியாவில் 1952, 1957, 1962 ஆகிய ஆண்டுகளில் நடைபெற்ற தேர்தல்கள் மூலம் இந்தியாவில் பல்வேறு மாநிலங்களில் காங்கிரஸ் கட்சி அதிகாரத்திற்கு வந்தது. 1967ஆம் ஆண்டு தேர்தலில் பல்வேறு மாநிலங்களிலும் பிராந்தியக் கட்சிகள் ஆட்சிக்கு வந்தன. பிராந்தியக் கட்சிகள் என்பவை அந்தந்த மாநிலங்களின் உயர் மற்றும் பெரும்பான்மைச் சாதிகளின் செல்வாக்கிற்குட்பட்டிருந்தன. சுதந்திரத்திற்கு முன்பிருந்தே தேசியக் கண்ணோட்டத்தின் தொடர்ச்சியை ஓரளவு கையெடுத்து வந்த காங்கிரஸ் அரசுகளின் திட்டங்களை இம்மாநில அரசுகள் எதிர்கொண்டன. குறிப்பாக, தமிழகத்தில் 1967இல் தி.மு.க என்ற மாநிலக்கட்சி ஆட்சிக்கு வந்த பிறகு இன்றுவரையிலும் தி.மு.க, அ.தி.மு.க என இரண்டு திராவிக் கட்சிகள்தான் மாறி மாறி தமிழகத்தை ஆண்டுவருகின்றன. தி.மு.க. ஆட்சிக்கு வரும் வரையிலும் இடஒதுக்கீடு போன்ற கோரிக்கைகள் மீது போராட்ட அழுத்தத்தைக்

கொண்டிருக்கவில்லை. என்றாலும், இட ஒதுக்கீடு தொடர்பாகத் திராவிடர் கழகம் கொண்டிருந்த 'எண்ணிக்கைக்கேற்ப ஒதுக்கீடு' என்ற தொடர்ச்சியிலேயே இயங்கி வந்தது. மொழிவாதம் போன்ற உணர்ச்சிப்பூர்வமான அம்சங்களை முன்வைத்துப் பட்டியல் இனத்தவர் உள்ளிட்ட சாதிகளைக் கவர்ந்து ஆட்சிக்கு வந்த தி.மு.க., பிராமணரல்லாதார் பெரும்பான்மை அரசியலையே வளர்த்தெடுத்தது. இச்செயல்முறை திராவிடக் கட்சிகளுக்கு நடைமுறை மற்றும் கருத்தியல் என்ற இரண்டு விதத்திலும் கைகொடுத்தது.

ஒன்று: பிராமணர் தவிர்த்த பிராமணரல்லாத சாதிகளுக்கு அதிகாரம் செல்வது திராவிடக் கருத்தியல்படி ஏற்கத்தக்கதேயாகும்.

இரண்டு: இவ்வாறு ஒவ்வொரு சாதியையும் திருப்திப்படுத்த வேண்டும் எனும்போது, எண்ணிக்கை சார்ந்து நடக்கும் நாடாளுமன்றத் தேர்தல் முறையில் வாக்குகளையும் திரட்டிக் கொள்ள முடிந்தது.

இதனால் சாதியமைப்பின் இறுக்கம் குலைவதற்கு மாறாக, சாதிப் பெரும்பான்மைவாதம் வலுப்பெற்றது. இத்தகைய அதிகார நுகர்வு மூலம் வலுப்பெற்ற பெரும்பான்மை எண்ணிக்கை கொண்ட சாதிகள், எண்ணிக்கை சிறுபான்மைச் சாதிகளைக் கட்டுப்படுத்தியதோடு, தாழ்த்தப்பட்ட வகுப்பினரைச் சமூக, பொருளாதார, பண்பாட்டு அடிப்படையில் புதிய வலிமையோடு ஒடுக்கும் செல்வாக்கு பெற்றவர்களாகவும் மாறினர். தி.மு.க., ஆட்சியில்தான் முதன் முதலில் பிற்படுத்தப்பட்டோர் நலத்துறை (1969இல்) உருவானது. தாழ்த்தப்பட்டோருக்கு அறிவிக்கப்படும் அரசுத் திட்டத்திற்கு இணையாகப் பிற்படுத்தப்பட்டோருக்கும் ஒரு திட்டம் அறிவிக்கப்பட்டது என்பது இந்த அறிக்கையில் முன்னர் சொல்லப்பட்டிருக்கிறது. ஒரு சாதிக்கு வழங்கப்படும் சலுகை மற்றொரு சாதியைக் கோபப்படுத்திவிடக் கூடாது என்றவாறு பார்த்துக்கொள்ளப்பட்டது. இவ்வாறு சமூக அதிகாரத்தில் முற்றிலும் ஒதுக்கப்பட்டிருந்த ஒடுக்கப்பட்டோருக்குச் சலுகை என்கிற நோக்குப் பின்தள்ளப்பட்டு, அனைத்துச் சாதிகளுக்கும் சலுகை என்றானது. காங்கிரஸ் அரசைப் போன்றுகூட அல்லாமல், சாதிவாரி சட்டமன்ற, பாராளுமன்ற உறுப்பினர்கள், சாதிவாரி அமைச்சர்கள் மற்றும் அவர்களுக்கான துறைகள் என்பவை நிரந்தரமாக்கப்பட்டன. இதற்கு மாற்றாக, ஒடுக்கப்பட்டோர் திராவிடக்கட்சிகளில் ஆட்சிகளில் அதிகாரமுள்ள பதவிகளுக்கு

எப்போதும் வந்ததில்லை. இவர்களுக்கென்று ஆதிதிராவிடர் நலத்துறை மற்றும் பால்வளம், கைத்தறி போன்ற அதிகாரமற்ற அமைச்சுத்துறைகள் மட்டும் வழங்கப்படுகின்றன. தி.மு.க.வுக்குப் போட்டியாக அ.தி.மு.க.வைத் தொடங்கிய எம்.ஜி.ஆர்., பலவிதத்திலும் தி.மு.க.வைப் பின்பற்றியது போலவே இந்த விசயத்திலும் அப்படியே பின்பற்றினார்.

நெருக்கடி காலத்திற்குப் பின் அமைந்த காங்கிரஸ் அல்லாத ஜனதா கட்சி ஆட்சியின்போதுதான் பிற்படுத்தப்பட்டோருக்கான இடஒதுக்கீடு குறித்து ஆராய மண்டல் கமிஷன் (1977) எனும் குழு அமைக்கப்பட்டது. காங்கிரஸுக்கு எதிரான தேசியத்தலைவர்களும் மாநில அரசுகளும் இதனை ஆதரித்தன. அக்கமிஷன் 1980, டிசம்பரில் தன் பரிந்துரையை அளித்தது. 1980களின் இறுதியில் பல மாநிலக் கட்சிகளின் உதவியுடன் தேசிய முன்னணி அரசு ஆட்சிக்கு வந்த பின்னர், அதாவது 07.08.1990இல் பிற்பட்ட சாதிகளுக்கு மைய அரசுப்பணிகளிலும் மைய அரசின் பொதுத்துறைப் பணிகளிலும் 27 சதவிகித இடஒதுக்கீடு செய்யலாம் என்ற மண்டல் கமிசனின் பரிந்துரையை நடைமுறைப்படுத்தியது. இதை தி.மு.க., அ.தி.மு.க., தெலுங்கு தேசம் போன்ற மாநிலக் கட்சிகள் வரவேற்றன. அதேவேளையில் பிராமணர் உள்ளிட்ட உயர்சாதியினர் மண்டல் கமிஷனின் பரிந்துரையைக் கடுமையாக எதிர்த்தனர். இக்கமிஷனின் பரிந்துரை தலித்துகள் தொடர்பானதில்லை. ஆனால், இப்பரிந்துரை கோரும் மேடைகளில் ஆதரவு கருதி தலித்துகளும் இணைத்துப் பேசப்பட்டனர். தலித்துகள் ஏற்கெனவே இடஒதுக்கீட்டைச் சட்ட ரீதியாகப் பெற்றுவந்தனர். பிற்படுத்தப்பட்டோருக்கு இடஒதுக்கீடு கோரும் நியாயத்திற்காகத் தலித்துகளுக்கான இடஒதுக்கீடு இம்மேடைகளில் சுட்டிக்காட்டப்பட்டது. தலித்துகளைக் காட்டும்போது பிற்படுத்தப்பட்டவர்களிடம் தங்களுக்கும் ஒதுக்கீடு தேவையென்ற ‘நியாயம்’ இயல்பாகவே பிறந்தது. தங்களுக்குக் கீழிருக்கும் சாதிக்கான வாய்ப்பு என்கிற விதத்தில் ஆதிக்கச் சாதியினரிடம் இப்போக்கு எதிர்முறை விளைவையே உண்டுபண்ணின. ஏறக்குறைய இதே காலத்தில் (1986 -87) தமிழகத்தில் பிற்படுத்தப்பட்ட சாதியான வன்னியர்கள் நடத்திய இடஒதுக்கீடு போராட்டத்தில் தலித்துகள் தாக்கப்பட்டனர் என்பது இங்கே குறிப்பிடப்பட்டதாகும்.

இடஒதுக்கீடு 50 சதவிகிதத்திற்கு மேம்பட்டு இருத்தலாகாது என்ற நீதிமன்றத் தீர்ப்பு இருக்கிறது. இதனால் இந்து மற்றும் இந்து

அல்லாத மக்களில் பிற்படுத்தப்பட்டோர் எண்ணிக்கையை 52 சதவிகிதமாகக் கணக்கிட்டு, அதற்கான பரிந்துரையை மண்டல் கமிஷன் முன்வைத்தது. ஏற்கெனவே மைய அரசு 1953ஆம் ஆண்டில் தன் அறிக்கையைச் சமர்ப்பித்தது. இக்குழு பிற்பட்ட வகுப்பில் உரிய தகுதி பெற்ற மாணவர்களுக்குத் தொழிற்நுட்பக் கல்வி நிறுவனங்களில் 70 சதவீத இடஒதுக்கீட்டைப் பரிந்துரைத்தது. ஆனால், பிற்படுத்தப்பட்டோரை வரையறை செய்வதற்குச் சாதியை அடிப்படையாகக் கொண்டதில் காகா கலேல்கர் முரண்பட்ட கருத்துகளைக் கொண்டிருப்பதாகக் கூறி, இந்தக் குழுவின் வரையறை நிராகரிக்கப்பட்டது. இதற்கு அடுத்தே மண்டல் குழு நியமிக்கப்பட்டது.

பட்டியல் இனத்தவர் மற்றும் மலைவாழ் மக்களுக்கு 22.5 சதவிகிதம் ஒதுக்கீடு இருப்பது போல பிற்படுத்தப்பட்டோருக்கு 27 சதவிகிதம் இடஒதுக்கீடு மைய அரசுப்பணிகள், பொதுத்துறை பணிகள் மற்றும் தேசியமய வங்கிப் பணிகள் ஆகியவற்றில் வழங்க வழி செய்யப்படும் என்பதே மண்டல் கமிஷனின் பிரதானப் பரிந்துரையாகும். அவை பதவி உயர்வுக்கும் பொருந்தும் என்றதோடு, பிற்படுத்தப்பட்டோருக்குக் கல்வி கொடுக்க வேண்டும் என்றும் பரிந்துரைத்தது. இவ்வாறு மத்திய அரசுப் பணிகளில் பிற்படுத்தப்பட்டோருக்கு 27 சதவிகித இடஒதுக்கீடு 1990ஆம் ஆண்டிலிருந்து நடைமுறைக்கு வந்தது.

வகுப்புகளுக்கிடையேயான இடஒதுக்கீடு நடைமுறை என்று பார்த்தால் தாழ்த்தப்பட்ட, பழங்குடியினருக்கு இந்திய அரசியல் சட்டம் இடஒதுக்கீட்டை உறுதி செய்திருக்கிறது. ஆனால், மாநில அரசின் பணிகளில் பிற்படுத்தப்பட்டோர் போதுமான பிரதிநிதித்துவம் பெறவில்லையென்று கருதினால், மாநில அரசு அவர்களுக்கு இடஒதுக்கீடு வழங்கலாம் என்று சட்டப் பிரிவு 16(4) கூறுகிறது. இந்நிலையில்தான் சென்னை மாகாண அரசு பிற்படுத்தப்பட்டோருக்கு ஒதுக்கீடு வழங்கும் ஆணையைப் பிறப்பித்தது. அதற்கெதிராகச் சென்னை உயர்நீதிமன்றத்திலும் வழக்குத் தொடுக்கப்பட்டது. அதில் அரசின் ஆணை செல்லாததாக ஆக்கப்பட்டது. இதைத் தொடர்ந்து பிற்படுத்தப்பட்டோருக்கான இடஒதுக்கீட்டுக் கோரிக்கைக்கு இந்தியாவில் கூடுதல் அழுத்தம் உருவானது. இதன் விளைவாகத் தமிழகத்தில் திராவிட இயக்கச் சொல்லாடல்களிலிருந்து பட்டியல் இனத்தவர் முற்றிலுமாக விலக்கப்பட்டு, அவை முழுக்கப் பிற்படுத்தப்பட்டோர்

நலனைப் பேசும் இயக்கமானது. நீதிமன்ற ஆணைக்குப் பிறகு அரசியல் சட்டத்தில் 15(4) என்ற விதி சேர்க்கப்பட்டது. இதன் மூலம் பிற்படுத்தப்பட்ட, பட்டியலின மற்றும் பழங்குடி ஆகிய வகுப்பிற்கான சிறப்பு நடவடிக்கைகளை மேற்கொள்ள அரசுக்கு அதிகாரம் அளிக்கப்பட்டது. ஆனால், பிற்படுத்தப்பட்டோர் பிரதிநிதித்துவத்திற்கான மாநில அரசின் உரிமை 16(4) கேள்விக்கு உள்ளாக்கப்படவில்லை. இந்த வாய்ப்பினால் மாநில அரசுப் பணிகளில் எல்லோருக்கும் இடஒதுக்கீடு படர வழியேற்பட்டது.

இந்தியாவின் பெரும்பான்மையான மாநிலங்களிலும் பிற்படுத்தப்பட்டோருக்கான இடஒதுக்கீடு தற்போதைக்கு நடைமுறையில் இருக்கிறது. ஆனால், இது மாநிலத்திற்கு மாநிலம் வேறுபடுகிறது. பிற்படுத்தப்பட்டோர் பட்டியல் மாநில அரசுகளால் வரையறுத்துக்கொள்ளப்படுகிறது. மத்திய அரசு தேசியப் பிற்படுத்தப்பட்டோர் நலக்கமிஷன் தயாரித்த பட்டியலைப் பின்பற்றுகிறது. அப்பட்டியலில் எந்தெந்தச் சாதிகள் இடம் பெறவேண்டும் என்பதில் மத்திய அரசிற்கும் மாநில அரசுகளுக்குமிடையே வேறுபாடு உள்ளது. ஒரு மாநிலத்தின் பிற்படுத்தப்பட்ட சாதி வேறொரு மாநிலத்தில் வேறொரு பட்டியலில் இடம்பெறுகிறது. அதேபோல ஒரு மாநிலத்தில் குறிப்பிட்ட வருமானம் பெறக் கூடியவர் பிற்படுத்தப்பட்டோராகக் கருதப்படுவார். அதேவேளையில் மத்திய அரசின் அளவுகோலின்படி அவருக்கான பட்டியல் மாறுபடும். ஆனால், தமிழ்நாட்டைப் பொறுத்தவரையில் சாதி மட்டுமே அளவுகோல். ஒதுக்கீடு பெற்றுப் பல பத்தாண்டுக் கடந்தாலும் அவர் குறிப்பிட்ட பட்டியலிலேயே இருப்பார். இதுவே சமூக நீதி என்று வர்ணிக்கப்பட்டு வருகிறது. உண்மையில் எண்ணிக்கை பெரும்பான்மை இடைநிலைச் சாதிகளின் நலன் மட்டுமே அதில் தங்கியிருக்கிறது. அதனாலேயே அவை விமர்சிக்கப்படாமல் காப்பாற்றப்பட்டு வருகிறது.

நீதிக்கட்சிக் காலத்தில் தொடங்கி இடஒதுக்கீட்டின் அளவு அதிகரித்துக்கொண்டே வந்தது. அதைப் போன்றே சாதி உணர்ச்சியும் அதிகரித்து வந்திருக்கிறது; வருகிறது. இடஒதுக்கீடு கோரும் போராட்டத்திற்குச் சாதி உணர்ச்சியும், சாதி உணர்ச்சிக்கு இடஒதுக்கீடு வாயிலான அதிகாரமும் ஒன்றையொன்று அரண் செய்கின்றன. இடஒதுக்கீடு நடைமுறைப்படுத்தப்பட்ட பின்னர் அதன் பலன்கள், நடைமுறைத் தாக்கங்கள் சாதிகளின் பட்டியல் போன்றவை மறுபரிசீலனை செய்யப்படவில்லை. தமிழக அரசு

தரும் புள்ளிவிவரங்களின் அடிப்படையில் பார்த்தால், 88 சதவீத சாதிகள் இடஒதுக்கீட்டின் கீழ் வருகின்றன. இவற்றில் SC மற்றும் ST பிரிவினரைத் தவிர்த்துவிட்டுப் பார்த்தால், 66 சதவீத சாதிகள் பிற்படுத்தப்பட்ட சாதிகள் என்ற பிரிவில் வருகின்றன. தமிழகத்தில் கருணாநிதி, எம்.ஜி.ஆர்., ஜெயலலிதா போன்றவர்கள் பெரும்பான்மை எண்ணிக்கை சாதி ஓட்டுகளுக்காகப் படிப்படியாக இடஒதுக்கீட்டினைப் பரிசீலனையின்றி அதிகரித்து வந்திருக்கின்றனர்.

1969இல் தி.மு.க., அரசு சட்டநாதன் தலைமையில் முதலாவது பிற்படுத்தப்பட்டோர் ஆணையத்தை அமைத்தது. 1970 நவம்பரில் அக்குழு தனது அறிக்கையைச் சமர்ப்பித்தது. பிற்படுத்தப்பட்டோர் இடஒதுக்கீட்டினை 31 சதவிகிதமாக அதிகரிக்கலாம் என்று கூறிய அக்குழு, பிற்படுத்தப்பட்டோரில் முற்பட்டோருக்கு இடஒதுக்கீடு தேவையில்லை என்றது. ஆனால், அதைத் தமிழக அரசு ஏற்கவில்லை. 1982இல் அம்பாசங்கர் கமிஷன் அமைக்கப்பட்டது. அக்குழுவும்கூடப் பிற்படுத்தப்பட்ட சாதிகளில் சில சாதிகள் மட்டுமே அதிக வாய்ப்புகளை எடுத்துக்கொண்டதாகச் சுட்டிக்காட்டியது. இந்த அடிப்படைகளை வைத்து இடஒதுக்கீடு சாதி அடிப்படையிலும் எண்ணிக்கை அடிப்படையிலும் மட்டுமே வழங்கப்படுவதைப் பரிசீலனை செய்திருக்க வேண்டும். ஒரு சாதி சமூகத்தில் பெற்றிருக்கும் சமூக, பொருளாதார, பண்பாட்டு அதிகாரம், எண்ணிக்கை பலம், தற்கால அரசியலில் அவை பெற்றிருக்கும் அதிகாரம், இடஒதுக்கீடு பெற்ற நாள் முதலாய் அடைந்துவந்திருக்கும் மாற்றங்கள் ஆகியவை கணக்கில் எடுக்கப்பட்டுப் பரிசீலிக்கப்பட்டிருக்க வேண்டும். ஆனால், எத்தகைய பரிசீலனைகளுமற்ற எண்ணிக்கை சார்ந்த இடஒதுக்கீட்டினால் சாதியமைப்பு வலுப்பட்டிருக்கிறது என்பதே உண்மை. இதற்கான வலுவான கருத்தியல் அடிப்படை திராவிட இயக்கத்தால் கட்டப்பட்டது.

SC, ST வகுப்பினர் வாழ்வில் மாற்றம் ஏற்படும் என்ற நோக்கத்தில் இடஒதுக்கீடு கொணரப்பட்டது. ஆனால், அதுவும் முழுமையாக நடைமுறைப் படுத்தப்படுவதில்லை. குறிப்பிட்ட காலத்திற்கு முன் சில செண்ட் நிலம் வைத்திருந்த தலித் ஒருவரின் நிலம் இரட்டிப்பாகாமல் அப்படியே இருக்கிறது அல்லது அதுவும் இழந்து போகும் நிலைதான் ஏற்பட்டிருக்கிறது. ஆனால், இதற்கிணையாகப் பெரும்பான்மை எண்ணிக்கை சாதியைச் சேர்ந்தவரின் நிலையை எடுத்துக்கொண்டால், அவரின் இலாபம் பன்மடங்கு இரட்டிப்பாயிருப்பதைப் பார்க்கிறோம். கடந்த காலங்களில் தலித்துகள் உழைக்கவே

இல்லை என்பதுதான் இதன் பொருளா? உண்மை அதுவல்ல. இந்தியச் சமூகத்தில் வேறொருவரைக் காட்டிலும் உடலுழைப்போடு தொடர்புடையவர்களாகத் தலித்துகளே இருக்கின்றனர். தலித் ஒருவரின் உழைப்பின் மூலம் இலாபம் கிடைத்தவுடனே, அவர் பழைய நிலையை நோக்கியே திருப்பிவிடப்படுகின்றார். கொடியன்குளம், தருமபுரி வன்முறைகள் ஆகியவை இதற்கான உதாரணங்களாகும். இவ்வாறான பெரும் வன்முறைகள் அல்லாது கிராம அளவில் மாடுகளை விட்டு விளைந்த பயிர்களை நாசம் செய்வது, தீ வைத்தல், திட்டமிட்டுத் திருடுவது போன்ற வன்முறைகளும் சத்தமில்லாமல் நடந்துவருகின்றன.

இடஒதுக்கீட்டின் நடைமுறைகள் நவீனச் சமூகத்தை உருவாக்கி இருக்க வேண்டும். ஆனால், தமிழகத்தில் அது நடைபெறவில்லை. அதற்கு மாறாக, சாதிகள் மேலும் பலமடைந்தே வந்திருக்கின்றன. இந்நிகழ்வு இடஒதுக்கீட்டுத் தத்துவத்தின் போதாமையை வெளிப்படுத்துகிறது. இச்சூழலில் பிற்படுத்தப்பட்டோருக்கான இடஒதுக்கீட்டின் மீது மறு விவாதங்கள் தேவை. அதே போன்று வாய்ப்பு மறுக்கப்பட்ட தலித்துகள், தலித் கிறித்தவர்கள், எண்ணிக்கை சிறுபான்மைச் சாதியினர் ஆகியோரின் சமூகத்தன்மைக்கேற்ப இடஒதுக்கீடு மறுவிவாதத்திற்கு உட்படுத்தப்படவேண்டும் என அறிக்கை கோருகிறது.

சாதியும் தீண்டாமையும்

தமிழ்ப் பகுதியில் சாதியின் தன்மை இன்று எவ்வாறு உள்ளது? தீண்டாமையின் வடிவங்கள் மாறியிருக்கிறதா? என்பதான கேள்விகள் வைக்கப்படுகின்றன. சாதி இயங்குதலில் தீண்டாமையின் பங்கும் அலாதியானது. அதைப் போன்று தீண்டாமையை உற்பத்தி செய்வதில் தொழிலின் பங்கும் முக்கியமானது. அதனாலயே தொழில் பிரிவினையிலிருந்தே சாதி துவக்கம் கொள்கிறது என்பதான வரையறை உருவானது. தற்போதைய சாதி, அதன் இயங்கு நிலையான தீண்டாமை, தொழில் முதலிய வடிவங்கள் எவ்வாறு சமூகத்தில் தொழிற்படுகின்றன என்பதை இவ்வறிக்கை தொட்டுக்காட்ட முயல்கிறது.

இந்தியச் சாதிமுறையை விளக்குவதற்குக் கிராமம்தான் மிகச் சிறந்த உதாரணமாகும். காலனியக் காலத்தில் ஓர் இந்தியக் கிராமம் எவ்வாறு இயங்கியது என்பதை அம்பேத்கர் விவரிக்கிறார். ஒவ்வொரு கிராமமும் இரண்டு பகுதிகளாகப் பிரிந்து கிடக்கின்றன. ஒன்று தீண்டப்படாதவர்கள் வசிக்கும் பகுதி. மற்றொன்று தீண்டப்படுவோர் வசிக்கும் பகுதி. இரண்டு நிலப்பகுதிகளும் எத்தகைய முன்னேற்றமுமின்றி இயல்பாகப் பிரிந்து கிடக்கின்றன. அவை இரண்டிற்கும் இருக்கும் தூரம் கணிசமானது. கிராமத்தின் தெற்குத் திசையில் தீண்டத்தகாதார் குடியிருப்பு அமைக்கப்பட்டிருக்கும். ஏனெனில், தென்பகுதி தீமையின் அல்லது அச்சத்தின் அடையாளம். வடக்குப் பகுதியில் தீண்டத்தக்கவர்களின் குடியிருப்பு அமைந்திருக்கும். சட்டப்படியான

வருவாய்த் துறை, அஞ்சல் தொடர்பு முதலானவை இங்குதான் நிர்மாணிக்கப்பட்டுள்ளன எனக் கூறிவிட்டு, "தீண்டப்படாதவர்கள் வசிக்கும் பகுதி கிராமத்தில் அடங்கியதாகவே உள்ளது. ஆனால், நடைமுறையில் அது கிராமத்திலிருந்து தனிப்பட்டதாகும். ஒரு கிராமத்தில் வசிக்கும் இந்துத் தன் கிராமம் என்று பேசும்போது சாதி இந்துக்களையும் அவர்கள் வசிக்கும் பகுதியை மட்டுமே குறிப்பிடுகிறார்." (அ.நூ.தொ.9, பக்.96) இவ்வாறு ஒவ்வொரு கிராமத்திலும் தீண்டப்படுபவர்களும் தீண்டப்படாதவர்களும் இரண்டு தனித்தனிக் குழுக்களாகவே உள்ளனர். அவர்களுக்கிடையே பொதுவானது என்று ஒன்றுமில்லை. இவர்கள் ஒரே மக்கள் தொகுதியாக இல்லை. கிராமத்து உறுப்பினர் ஒவ்வொருவருக்கும் தொழில், வசிக்கும் இடம், கோயில்கள், அரசியல் ஆகிய அனைத்தும் அவர்களுக்காக அவர்களது குழுவால் தீர்மானிக்கப்படுகின்றன எனக் கூறும் அம்பேத்கர், "தீண்டப்படுபவர்களும் தீண்டப்படாதவர்களும் சந்திக்கும்போது அவர்கள் மனிதருடன் மனிதர் அல்லது தனி நபருடன் தனிநபர் என்ற முறையில் சந்திப்பதில்லை. குழுக்களின் உறுப்பினர்களாக அல்லது இரண்டு தனிநாடுகளின் குடிமக்கள் போலத்தான் சந்திக்கிறார்கள்" என்று எழுதுகிறார்.

இரண்டு தனி நாடுகளின் குடிமக்களாக ஒரு கிராமத்தில் சாதி வினையாற்றுகிறது எனில், அவர்களை இணைக்கும் தொடர்பாடல் எது? தீண்டாமை வடிவங்கள்தான் அவர்களை இணைக்கின்றன. இவ்வாறு தீண்டாமையின் ஊற்றுக்கண்ணாகக் கிராமங்கள் செயலாற்றுகின்றன. சுதந்திரத்திற்குப் பிந்தைய கிராமங்கள் எவ்வாறு இயங்குகின்றன? சுதந்திரம் பெற்ற 65 ஆண்டுகளில் தீண்டாமை வடிவத்தை எதிர்த்துத் தலித்துகள் கடுமையாகப் போராடி இருக்கின்றனர். சில பகுதிகளில் இடதுசாரிகள் போராடியுள்ளனர். பல இடங்களில் காங்கிரஸின் ஹரிசன சேவா சங்கமும் வேலை செய்துள்ளது. அதேபோல பெரியாரிய இயக்கத்தின் தாக்கமும் பங்காற்றியுள்ளது. இயக்கங்கள் தவிர்த்து, அரசின் நவீன வேலை வாய்ப்புகள் கணிசமான பங்களிப்பைக் கொடுத்துள்ளன. தீண்டாமைக்கு எதிரான அரசின் சட்ட நடைமுறைகள் சாதி இந்துக்களுக்கு அச்சத்தை விளைவித்துள்ளன. இதனால், இன்றைய கிராமங்களில் ஏற்கெனவே செயல்பட்டு வந்த தீண்டாமை வடிவங்கள் மாறி இருக்கின்றன. அதேவேளையில் சாதி இந்துக்கள் பெரும்பான்மையாக வசிக்கும் கிராமங்களிலும் நீர்ப்பிடிப்பு அதிகம் கொண்ட விவசாயப் பரப்பிலும் தீண்டாமை வடிவங்கள் வலுவிழக்கவில்லை.

மொத்தத் தீண்டாமையின் வடிவங்கள் மாறியுள்ளன அல்லது பல பகுதிகளில் குறைந்துள்ளன. ஆனால், சாதி இறுக்கம் பெற்றுள்ளது. நாட்டுப்புறக் கோயில் நுழைவைத் தலித்துகள் கோரினால், அது கலவரமாக மாறுகிறது. அரசு அதனைச் சட்ட ஒழுங்குப் பிரச்சினையாக மட்டுமே கருதுகிறது. தலித்துகளை நோக்கி வட்டார நிர்வாகம் தனிக்கோயில் ஒன்றைக் கட்டிக் கொள்ளுங்கள் என அறிவுறுத்துகிறது. இடப்பற்றாக்குறை ஏற்படும் தருணத்தில் தலித்துகளுக்கென்று தனிக் காலனிகளையும் பிற்படுத்தப்பட்டவர்களுக்கென்று தனிக் காலனிகளையும் கட்டிக் கொடுக்கிறது. அரசுப் பள்ளிகளிலோ அல்லது சாதி இந்துக்களின் பள்ளிகளிலோ கல்வி குறித்த பிரச்சனை எழும்போது அரசு ஆதிதிராவிடர் பள்ளிகளை நிறுவி, தலித்துகளை அப்பள்ளிகளுக்குச் செல்லச் சொல்கிறது. ஒருவிதத்தில் கிராமப்புறத்தில் அரசின் திட்டங்கள் சாதிகளுக்கிடையே ஒருங்கிணைவு ஏற்பட்டுவிடாத வண்ணம் கவனமாகச் செயல்படுத்தப்படுகிறது. சாதி மறுப்பிற்கு மதம் மட்டுமல்ல, அரசும் ஒழிய வேண்டும். ஏனெனில், அரசே சாதியாகவும் சாதியே அரசாகவும் இயங்குகிறது. சாதியக் கட்டமைப்பில்தான் அரசு உருப்பெற்றிருக்கிறது. வேலைவாய்ப்புத் தொடங்கி எல்லாவற்றிலும் சாதியே பேசப்படுகிறது. சாதியை அடிப்படையாக வைத்தே அனைத்தும் திட்டமிடப்படுகிறது, நடைமுறைப்படுத்தப்படுகிறது.

இதனால் இன்றைய நவீன கிராமங்கள் தனித்தனிச் சாதிகளாகவே பிரிந்து கிடக்கின்றன. காலனியக் காலம் முதல் இன்றுவரை கிராமங்கள் தீண்டப்படுகின்றவர்கள், தீண்டப்படாதவர்கள் என்ற இருமையால் பிரிந்து கிடக்கின்றன. இதனால் ஒவ்வொரு சாதியும் ஒருவித பதற்றத்துடன் இயங்குகிறது. அறிவிக்கப்படாத போர்ச் சூழல் ஒன்று சூழ்ந்துள்ளது. அதனால் கிராமங்கள் மாலை ஆறு மணிக்கு மேல் அதனது சாதித் தெருவிற்குள்ளேயே அடங்கிக் கொள்கின்றன.

இப்போதும்கூட ஒரு கிராமம் என்றதும் அங்கு வசிக்கும் ஒவ்வொருவருக்கும் அவர்களது சாதித் தெரு மட்டுமே நினைவில் வருகிறது. அதனுடைய இயங்குதல் தெரியாது. அவனது தெருவினைத் தாண்டிப் பிற தெருவின் வீடுகள் யாருடையது என்பதுகூடத் தெரியாது. அவனுக்குத் தெரிந்ததெல்லாம் அவனது சாதியும் அதன் பெருமையும்தான். இவ்வாறுதான் ஒரு கிராமம் தனது இயல்பை மாற்றிச் சாதிகளின் பெருமை மிகு இடமாக உருமாறிப்போனது.

இதே தருணத்தில் நகரங்கள் எவ்வாறு இயங்குகின்றன? நகரத்தில் பெரும்பாலும் தீண்டாமை வடிவங்கள் துலக்கமாகத் தென்படுவதில்லை. அதனாலேயே கிராமப்புற தலித்துகள் நகரங்களுக்குப் புலம்பெயர்ந்து வருகின்றனர். ஆனால், நகரங்கள் சாதிகளின் அதிகார மையங்களாக உருமாறியுள்ளன. நகரக் கலாச்சாரம் புதிய சமூக வெளியை உருவாக்கும் என்ற கூற்று முழு உண்மையில்லை. இன்றும் நகரத்தின் மையங்களில் அடித்தளச் சாதிகளுக்குக் குடியிருக்க வீடுகள் வாடகைக்குக் கிடைப்பதென்பது கடினமான ஒன்றாகும். புறநகரங்கள் பெருமளவு அடித்தளச் சாதிகளால் நிர்மாணிக்கப்பட்டாலும் அங்கும் அவர்களுக்கு இடம் கிடையாது. மொத்தத்தில் இந்தியாவில் சாதிகள் தீண்டாமையை விட்டுவிடத் தயாராக இல்லை. அதைப்போன்று சாதிக்கான தொழில்களும் மாறியிருக்கின்றன என்றபோதும் சாதிகள் அதன் பண்பில் ஒற்றை வடிவமாகியுள்ளன. அதன் வாயிலாக அதிகாரத்தை அடைவதற்காக முட்டி மோதுகின்றன.

சாதிக்கான தொழில் என்பதிலும் கிராமம் மாற்றம் பெற்றிருக்கிறது. இறந்த மாடுகளைத் தூக்குவதற்குத் தலித்துகளிடம் சாதி இந்துக்கள் கெஞ்சுகின்றனர். சாதி இந்துப் பிணங்களுக்குப் பாடை கட்டுவதற்குத் தலித்துகள் தயாராக இல்லை. அதைப்போன்று 'துஸ்டி' (சாவை அறிவித்தல்) சொல்வதற்கு யாரும் செல்வதில்லை. குழவிக் கல்லை மடியில் போட்டு ஒப்பாரி வைப்பதில்லை. நேரடிப் பண்ணை முறையும் மாறிவிட்டது. விழாக் காலங்களில் சாதி இந்துக்களிடம் மீந்துபோன உணவுகளைப் பெறுவதற்குத் தலித்துகள் தயாரில்லை. பல்வேறு கிராமங்களில் பறையடித்தலைத் தலித்துகள் தடை செய்துள்ளனர். தமிழர் திருவிழாவாக மாறிப்போன பொங்கல் திருநாளில் உடையார் வைப்பதற்குத் தலித்துகள் செல்வதில்லை. நகர்ப்புற துப்புரவுப் பணிகளிலிருந்து தலித்துகள் கொஞ்சம் கொஞ்சமாக விடைபெற்றுவருகின்றனர். அத்தகைய இடங்களுக்குச் சாதி இந்துக்கள் பரவலாக வந்து சேர்கின்றனர். சாதி இந்துக்களில் சிலர் கக்கூஸ் கழுவுவதற்கும் தங்களைத் தயார்படுத்திக்கொண்டனர். பெரு நகரங்களில் துணி துவைத்தல், முடி திருத்துதல் போன்ற கடைகளைக் கணிசமாகச் சாதி இந்துக்களே நிர்வகிக்கின்றனர். மொத்தத்தில் சாதிகளுக்கான தொழில் என்பதில் பெரிய இடையீடு நடந்துள்ளது. இலாபம் வரும் என்றால் எந்தவொரு தொழிலைச் செய்வதற்கும் சாதிகள் தயங்குவதில்லை. அதேவேளையில், அவை, தமது சாதி அடையாளங்களையும் கைவிடத் தயாரில்லை. இந்த அறிக்கையின் இரண்டாவது பகுதியில் 'சாதிவரையறை

உருவான காலத்தில் சாதிக்கான தொழில்கள் உருவாக்கப்பட்டன. தொழிலுக்கான செயற்பாட்டிலிருந்து சாதிகள் உருவாகவில்லை' எனக் கூறப்பட்டுள்ளது. நவீன நிலையில் தொழில், தீண்டாமை போன்ற வடிவங்கள் சற்று மங்கி இருந்தாலும், சாதிகள் மங்கவில்லை. மாறாக, சாதிகள் மேலும் இறுக்கம் கொண்டதாக மாறியுள்ளன. எனவே, தொழில் பிரிவுகளில் இருந்து சாதிகளோ, தீண்டாமையோ உருவாகவில்லை. சாதிகள் உருவான பின்னர்தான் இவை இரண்டும் சாதிகள் மீது திணிக்கப்படுகின்றன. அதேவேளையில், தீண்டாமையை ஒழித்துவிட்டால் சாதி ஒழிந்துவிடும் எனும் கோட்பாடும் இப்போது காலாவதியாகிவிட்டது.

சாதிகளின் இன்றைய உருநிலை

தமிழ்ப் பகுதி சார்ந்து சாதிகளின் தோற்றம், காலந்தோறும் அவை பெற்று வந்த மாற்றங்கள் ஆகியவற்றை விரிவாக ஆராய்ந்த ஆய்வுகள் ஏதும் தமிழில் இல்லை. மாறாக, திராவிட இயக்கம் உருவாக்கித் தந்த பிராமணர், பிராமணரல்லாதவர் என்ற எளிமைப்படுத்தப்பட்ட எதிர்வு மட்டும் சாதி பற்றிய புரிதலாக இன்றுவரையிலும் செல்வாக்கோடு நிலவி வருகிறது. ஆனால், சாதியின் இன்றைய எதார்த்தத்தை முழுமையாகப் புரிந்துகொள்ள இந்த எதிர்வு பயன்படவில்லை. மாறாக, பிராமணர் எதிர்ப்பும், சாதி இந்துக்களின் எழுச்சியும் மட்டுமே இங்கு சாத்தியமாகி இருப்பதோடு, அவை கேள்விக்குட்படுத்தப்படாமலும் இருக்கின்றன. இத்தகைய பிராமணரல்லாதவர் அதிகாரமே ஒடுக்கப்பட்டோருக்கு எதிரான இன்றைய எழுச்சியாக வடிவம் கொண்டிருக்கிறது.

சாதிகளின் தோற்றம் மற்றும் சாதி அமைப்பில் பிராமணர்களுக்கு இருக்கும் பங்கு குறித்து மிகத் தீவிரமாக மதிப்பீடு செய்த டாக்டர் அம்பேத்கர், சாதியின் தோற்ற நிலைகள் ஏற்கெனவே இங்கு இருந்ததாகவும் அதை அமைப்பாகவும் கருத்தியலாகவும் மாற்றியது மட்டுமே மனுவின் வேலையாக இருந்தது என்று கூறுகிறார். ஆரிய இனம் பற்றிய இனக்கருத்தாக்கத்தை ஏற்றுக்கொள்ளாத அம்பேத்கர், போலச்செய்தல், சாதி படிநிலை வரிசை, அகமணமுறை ஆகிய கூறுகள் சாதியின் தோற்றத்திலும் வளர்ச்சியிலும் வகிக்கும் பங்கினை எடுத்துக் காட்டினார்.

சாதியாகக் கதவடைப்புச் செய்தலில் பிராமணர்கள் வகித்த முதலிடத்தையும் சுட்டினார். சாதி ஒழிப்பு நவீன அரசியல் சூழலால் உருவான கருத்தியலாகும். நவீன இந்தியாவின் சிந்தனையாளரான அம்பேத்கரின் தனித்த பங்களிப்பாக 'சாதி ஒழிப்பு' என்கிற கருத்தியல் அமைந்தது. அவர் சாதி ஒழிப்பைச் சனநாயகச் செயலாக முன்வைத்தார். அதேவேளையில், தீண்டாமையைப் பிரயோகிக்கும் தீண்டப்படும் சாதிகளுக்கும் சாதி ஒழிப்பில் பெரும்பங்கு இருக்கிறது என்பதை அவர் சுட்டிக்காட்டினார். இந்த வகையில் அனைவரும் இணைந்து வாழும் அரசியல் ஜனநாயகத்தை அவர் வலியுறுத்தினார். சாதியைப் பிராமணர்களோடு இணைத்து விளக்கினாலும், அதில் அவர்களுக்கு மட்டுமே பங்கு இல்லை என்பதையும் சாதியின் பெயரால் பயனடையும் அனைத்துச் சாதிகளுக்குமே அதில் பங்கு இருப்பதாகவும் அவர் சுட்டிக் காட்டினார். அதனால்தான் அவர் தீண்டப்படுகிற (touchable), தீண்டப்படாத (untouchable) என்கிற சமூக எதிர்வை முன் வைத்தார். சாதியமைப்பில் பிராமணர்களுக்கு இருக்கும் பங்கைச் சுட்டிக் காட்டுவதனாலேயே அதனால் பலன் பெறும் பிற சாதிகளைக் காப்பாற்றும் கோட்பாட்டையோ அவற்றை அரசியல் நீதியாகவோ அவர் பேசவில்லை. "நான் பிராமணியம் என்று குறிப்பிடுவது பிராமணர்கள் ஒரு சாதியாக இருந்து பெறும் அதிகாரம், நலன் ஆகியவற்றை மட்டுமே குறிப்பிடவில்லை. சமத்துவத்துக்கு எதிரான, சகோதரத்துவத்துக்கு எதிரான கூறுகளைக் குறிப்பிடுகிறேன்" என்று அம்பேத்கர் கூறினார்.

அந்த வகையில் பிராமணியம் என்பது பிராமணர்களிடம் மட்டுமல்ல; அது தலித்துகளிடம் இருந்தாலும் அவற்றை ஆதிக்கக் குணமாகவே கருதவேண்டும். அதுவே சாதியின் பண்பு. இத்தகைய அணுகுமுறையைச் சொல்லியதன் வாயிலாக, 'சாதி ஒழிப்பை' தலித்துகளின் பிரச்சினையாக மட்டும் சுருக்கி விடாமல், அதனை ஒரு பரந்து விரிந்த தளத்தில் ஜனநாயக வடிவமாக மறுஉருவாக்கம் செய்வதில் டாக்டர் அம்பேத்கர் ஆர்வம் காட்டினார்.

காலனிய அதிகாரம் மற்றும் காலனியத்துக்குப் பிந்தைய அரசியல் அதிகாரம் ஆகியவற்றின் மூலம் நடந்த மாற்றங்கள் காரணமாகச் சாதி அமைப்புப் பெற்றிருக்கும் பரிமாணங்களை மதிப்பிட்டுப் பார்க்கிற ஆய்வு அணுகுமுறை என்பது இங்கு அறவே தொடங்கப்படவில்லை. தலித்துகளை மிகத் தீவிரமாக ஒடுக்கத் தொடங்கியுள்ள எண்ணிக்கை பெரும்பான்மைச் சாதிகளின் ஆதிக்கத்தை உரிய அளவிற்குக் கணக்கில் எடுத்துக்கொண்டு விவாதிக்காமல், 'பிராமணர் எதிர்ப்பு'

என்கிற பழைய கருத்தியலை மட்டுமே உபயோகப்படுத்திப் பார்ப்பதினால், சமகாலத்திய எண்ணிக்கை பெரும்பான்மைச் சாதிகளின் அதிகாரம் கேள்விக்குட்படுத்தப்படாமல் தொடர்கிறது. இதற்குமாறாக, ஒடுக்கப்படும் சாதிகளின் கோபம் பிராமணர்களை நோக்கி மட்டுமே திரும்ப வேண்டும் என எதிர்பார்க்கப்படுகிறது. இது அரசியல் தளத்தில் மட்டுமல்லாது, சிந்தனைத் தளத்திலும் ஆழமாக வேரூன்றியுள்ளது. இச்செயல்பாடுகள் பிற்படுத்தப்பட்டோர் சார்பு சிந்தனையின் ஆதிக்கத்தையே காட்டுகின்றன. ஆனால், தமிழ்ச் சூழலில் இதுவரைப் பேசப்பட்டு வரும் பிராமண எதிர்ப்பு எனும் கருத்தியல் பிராமணரல்லாதோரிடம் அதிகாரத்தைக் கொண்டு சேர்ப்பதில் தான் முடிந்திருக்கிறது. எனவே, இன்றைய சாதி அமைப்பின் பெயரை 'பிராமணியம்' என்று கொள்வதை விடச் 'சாதியம்' என்று கொள்வதே பொருத்தமானது.

இன்றைய சாதிக் குழுக்களைப் பொதுநிலையில் நான்கு பிரிவாகப் பார்க்க இந்த அறிக்கை முயற்சிக்கிறது.

1. தீண்டப்படாத சாதிகள்
2. பிராமணர்கள்
3. பிராமணரல்லாத எண்ணிக்கை பெரும்பான்மைச் சாதிகள்
4. பிராமணரல்லாத எண்ணிக்கை சிறுபான்மைச் சாதிகள்

தீண்டப்படாத சாதிகள்:

இந்தியாவில் தீண்டப்படாத சாதிகளைக் குறிக்கும் பட்டியலினத் தொகுப்பு காலனியக் காலத்தில் வகைப்படுத்தப்பட்டது. இவ்வாறு ஒரே பட்டியலில் அடக்கப்பட்டிருந்தாலும், அரசியல் ரீதியாக மட்டுமே அவை பட்டியல் சாதிகள். ஆனால், இயங்கக்கூடிய விதத்தில் தனித்தனி சாதிகளே. இடம், தொழில், மொழி, பண்பாடு சார்ந்து வேறுபட்ட பண்புகளைக் கொண்டவையாகும். இன்றைய தீண்டப்படாத சாதிகள் யாவும் எல்லாக் காலத்திலும் இழிவானவையாக இருந்ததில்லை. அவை சமூகத்தில் பல்வேறு பங்களிப்புச் செலுத்தியவையாகும். பல்வேறு தொழில்களை மேற்கொண்டவையாகவும் இருந்திருக்கின்றன. மேல், கீழ் என்கிற சாதியப் பகுப்பு, அதிகாரம் சார்ந்து நடந்த விளைவாகவே புரிந்துகொள்ளப்படுகிறது.

இப்பட்டியலுக்குள் கொணரப்படாத காலத்திற்கு முன்பு வரையிலும் இச்சாதிகள் தனித்தனியாகவே இயங்கி வந்தன. அதேபோல தங்கள் மீது திணிக்கப்பட்ட இழிவிற்கு எதிராகவும் தனியாகவே போராடின. இவ்வாறு போராடி வந்த போதிலும் 1911ஆம் ஆண்டின் மக்கள் தொகை கணக்கெடுப்பின் போதுதான் காலனிய அரசு தீண்டப்படாதாருக்கான வரையறைகளைத் திட்டவட்டமாக முன்வைக்க முயன்றது. ஏறக்குறைய 10 வகையான முறைமைகளை அடிப்படையாகக் காட்டித் தீண்டப்படாதோரை வரையறுத்தது. அதன் பின்னர் 1935ஆம் ஆண்டு காலனிய அரசு இயற்றிய இந்திய அரசாங்கச் சட்டத்தில் தாழ்த்தப்பட்ட வர்க்கங்களைப் பட்டியல் சாதிகள் எனும் பெயரால் அழைத்தது. அதன் பின்னர் ஜே.ஹெச்.ஹட்டன் நிர்ணயித்த 9 வகையான அளவுகோலின்படி 1936ஆம் ஆண்டு பட்டியலினச் சாதிகளை வகைப்படுத்தும் அளவுகோல் ஏற்றுக்கொள்ளப்பட்டது. இன்றைய தீண்டப்படாத சாதிகள் அனைத்தும் அந்த வரையறைகளுக்குள் முழுமையும் அடங்கத்தக்கன என்று கூறமுடியாவிட்டாலும், நடைமுறையில் தீண்டப்படாத குழுவாகவும் சமூக அதிகாரம் மறுக்கப்பட்ட குழுவாகவும் ஏதேனுமொரு வகையில் இழிவு சுமத்தப்பட்ட வகுப்பாகவும் இருந்தவர்களைத் தீண்டப்படாதோர் பட்டியலில் காலனியம் அடக்கியது. சாதி ரீதியாக இழிவு காணுவதிலும் சமூக பண்பாட்டு நடைமுறைகளில் ஒற்றுமை இருந்தமையாலும் இந்தியா முழுவதிலும் இருந்து இத்தகைய அரசியல் ரீதியான பட்டியலாக்கம் உருவாக்கப்பட்டது. இப்பட்டியல் உருவாக்கத்தின்போது இதில் இடம் பெறவும் விலகிடவும் இச்சாதியினரிடையே போராட்டங்கள் நடந்தன. இப்பட்டியலில் இடம் பெறுவது குறித்த ஓர்மை சில சாதிகளுக்கு இருந்தன. சில சாதிகளுக்கு இல்லை. ஆனால், நவீன கால அரசியலில் இப்பட்டியலாக்கம் முக்கிய இடத்தைப் பெற்றுவிட்டது.

நவீன அரசியல் வெளியில் உருவாகி வந்த இத்தகைய பட்டியலாக்க முயற்சிகளுக்குப் பின்னர் 1920இல் அம்பேத்கரின் அரசியல் ரீதியான வருகையும் நிகழ்ந்தது. தீண்டப்படாத குழுக்களுக்கிடையேயான வேறுபாடுகளை அறிந்திருந்தாலும் சாதியின் பெயரால் சமூக, அரசியல் அதிகாரம் மறுக்கப்பட்டவர்கள் என்ற வகையில் இந்திய அரசியலில் இக்குழுவினரை அரசியல் அழுத்தம் தரத்தக்க ஒரு குழுவாக மாற்ற எண்ணிக்கை அளவிலான ஒருங்கிணைப்பு அவசியம் என்பதை அம்பேத்கர் உணர்ந்திருந்தார். சமூக உரிமைகள் மறுக்கப்பட்டு வரும் இக்காலத்திலும் இவர்களை இன்றைய அரசும்,

கட்சிகளும் மதிப்பதற்கு ஒரே காரணம் அவர்கள் ஒரே பட்டியலில் எண்ணிக்கை அளவில் ஒருங்கிணைக்கப்பட்டிருப்பதே ஆகும்.

இந்திய அரசியலில் சாதி மட்டுமே இன்றைய அதிகாரத்திற்கான தவிர்க்க முடியாத வழியாக ஆக்கப்பட்டுவிட்ட நிலையில் அதிகாரத்தால் ஒடுக்கப்படும் தலித்துகள் அதிலிருந்து மீளுவதற்காக அதே அதிகாரத்தினை அடைய விரும்புகின்றன. அவற்றிற்காக அவை மீண்டும் சாதியையே கைக்கொள்ள விரும்புகின்றன. அதாவது, சமூகத்தின் சாதி உளவியலுக்குத் தீண்டப்படாத சாதிகளும் சென்று சேர்கின்றன. தத்தமது அடையாள உருவாக்கங்களில் ஈடுபடும் தீண்டப்படாத சாதிகள் இன்றைய அதிகாரத்திற்குத் தேவைப்படும் எண்ணிக்கை பலம் போன்றவற்றில் ஈடுபடுவதோடு, தங்களுக்குக் கீழிருப்பதாகக் கருதும் சாதியைத் தாழ்ந்த சாதியாகப் பார்த்து விலக்கும் பண்பையும்கூட எடுத்துக்கொள்ள எத்தனிக்கின்றன. இது படிநிலைப்பட்ட சாதியத்தின் சமூக உளவியல் வெற்றி எனலாம்.

இதனால் இன்றைய இந்தியா முழுவதிலும் சாதிகளுக்கிடையே முறுக்கி நிற்கும் பண்பே மேலோங்கியிருக்கிறது. எல்லாவற்றுக்கும் சமச்சீரற்ற சமூக அமைப்பே காரணமாகும். இன்றைய சமகால சமூகச் சூழலில் தலித்துகளுக்கு இடஒதுக்கீடு மட்டுமே ஒரே வாய்ப்பாக உள்ளது. ஆனால், அது முறைப்படி நடைமுறைப்படுத்தப்படவில்லை. இவை குறித்து அறிக்கையில் முன்னரே விளக்கப்பட்டுள்ளது. ஆனால், இந்த ஒதுக்கீடு குறிப்பிட்ட ஒரு பகுதியில் வாழும் பட்டியலினச் சாதிகளில் பெரும்பான்மையாய் உள்ள சாதிக்கானதாக மாறிவிடும் அபாயமும் இருக்கிறது. அதேவேளையில், கல்வி, வேலைவாய்ப்புச் சார்ந்து மட்டுமே இந்தப் பெரும்பான்மைவாதம் அமைந்துள்ளது. ஆனால், அனைத்து அட்டவணைப்படுத்தப்பட்ட சாதிகள் ஒரே இடத்தில் பெரும்பான்மையாய் இருக்க முடிவதில்லை. இப்பெரும்பான்மை வாதத்தை எந்த விதத்திலும் சாதி இந்துக்கள் பெற்றிருக்கும் சமூக, அரசியல், கலாச்சாரப் பெரும்பான்மை வாதத்தோடு ஒப்பிட முடியாது.

கிராமச் சூழலில் உடலுழைப்பு மட்டுமே தலித்துகளின் உரிமையாக இருக்கிறது. மற்றபடி ஊர்ப் பொதுச் சொத்துகளில் இலாபம் பெறுகிறவர்களாக இருப்பதில்லை. கோயில் நிலம், கண்மாய் மீன், மரங்கள் போன்ற சொத்துகளில் ஏலம் கோர முடிவதில்லை. அதைப்போலவே கிராம நிர்வாக அமைப்பில் கிராம நிர்வாக அலுவலர், எழுத்தர் போன்ற பணிகளிலோ, சாலை அமைத்தல், ஊர் மராமத்துப் போன்ற பணிகளில் தலித்துகள் நுழையவோ, இலாபம்

பெறவோ முடிவதில்லை. கடந்த சில பத்தாண்டுகளில் தலித்துகள் மீதான வன்முறைகள் ஏலம் உள்ளிட்ட பொதுச் சொத்துகள் மீதான உரிமை கோரலால் நடந்தவை (1992 மதுரை மாவட்டம், சென்னகரம்பட்டி). தமிழகத்தின் அனைத்துக் கிராமங்களிலும் கள ஆய்வு மேற்கொண்டால், சூத்திர சாதிகளின் அதிகாரத்திற்கான இந்த வன்முறைகளை வெளிப்படையாக அறிய முடியும். இதேபோல சிறு நகரம், நகரம் என்ற அளவில் வாகன நிறுத்தம், கழிப்பறை, பொது மார்க்கெட் டெண்டர் சார்ந்த பணிகளில் தலித்துகளுக்கு எத்தகைய பங்கும் இருப்பதில்லை. பொதுஇடத்தில் ஒரு டீக்கடை கூடத் தலித் ஒருவரால் வைக்க முடிவதில்லை.

தலித்துகள் உழைப்பின் மூலமாக இலாபமீட்டும்போது பிராமணர் அல்லாத இடைநிலைச் சாதிகளால் தடுக்கப்படுகின்றனர். பெரும் வன்முறைக்கு ஆளாக்கப்படுகின்றனர். கொடியங்குளம் (1993) தொடங்கி தருமபுரி (2012) வரையிலான வன்முறைகள் தலித்துகளின் பொருளாதார மேம்பாடு மீது நடத்தப்பட்ட தாக்குதலாக அமைந்திருப்பதைப் பார்க்கலாம். பயிர் மீது கால்நடைகளை விட்டு மேய்ப்பது, தீ வைத்தல் போன்ற அழிவுகளிலும் கிராமப்புற ஆதிக்கச் சாதிகள் ஈடுபடுகின்றனர் என்பது முன்பே சொல்லப்பட்டுள்ளது. ஒரு கணக்கிற்காக 1947க்குப் பின்னர் என்று வைத்துக்கொண்டாலும் தலித்துகளிடம் பெரும் இலாபம் சேகரமாகவில்லை என்பதைப் பார்க்க முடியும். உபரி தரக்கூடிய எந்த வேலைவாய்ப்பும் அவர்களுக்கு அளிக்கப்படவில்லை. எனவே, இன்றைய சாதி அமைப்பால் சுரண்டப்படுகிறவர்களாகவும் வன்முறைக்கு ஆளாக்கப்படுகிறவர்களாகவும் தலித்துகளே இருக்கின்றனர்.

பிராமணர்கள்:

சாதிய தோற்ற நிலைகளைச் சாதியெனும் திட்டவட்ட அமைப்பாக ஆக்கியதிலும் அது இன்றுவரையில் நிலைத்திருப்பதற்கான கருத்தியல் பின்புலமாகவும் இருப்பவர்கள் பிராமணர்கள். சாதியை மத அமைப்பின் பகுதியாக மாற்றியவர்கள் இவர்களே. இடைநிலைச் சாதிகள், தலித்துகள் உள்ளிட்ட பல்வேறு குழுவினர்களையும் இன்றுவரையிலும் தாழ்ந்த சாதிகளாகக் கருதித் தங்களை மேலிருத்திக் கொண்டிருக்கிறார்கள். இன்றைய அரசு, நிர்வாகம், நீதித்துறை, விஞ்ஞானம், ஊடகம் போன்ற தீர்மானகரமான தளங்களில் அதிகாரத்தில் இருப்பவர்கள் பிராமணர்களே.

தமிழ் வரலாற்றைப் பொருத்த அளவில் சங்க இலக்கியங்களிலேயே அந்தணர்கள் என்கிற புனித சாதி பற்றிய குறிப்பு வருகிறது. ஆனால், அது அதிகாரச் சாதியாக இருப்பதற்கான குறிப்புகள் இல்லை. (சங்க இலக்கியத்தில் சொல்லப்படும் அந்தணர் என்பவர் யார் என்பதில் பல்வேறு மாறுபட்ட கருத்துகளும் இருக்கின்றன.) இத்தகைய புனித அதிகாரம் மூலம் மெல்ல மெல்ல பிற்காலங்களில் சமூக அதிகாரத்தை அடைந்தவர்களாகப் பிராமணர்கள் மாறினர். எனினும், பிராமணர்கள் அரசை நிர்வகித்ததற்கான சான்றுகள் இல்லை. மாறாக, அரசை நிர்வகிப்பதற்கு ஆலோசனை கூறுபவர்களாக இருந்துள்ளனர். அதன்மூலம் நிலவுரிமை உள்ளிட்ட வாய்ப்புகள் கிடைத்துப் பிராமணர்கள் செல்வாக்கடைந்தனர். அரசுக்கும் பிராமணருக்குமான இத்தகைய உறவில் பிராமணரை மட்டுமே அடையாளம் காட்டும் ஒற்றைச் சார்பு பார்வையே இங்கிருக்கிறது. மாறாக, வட்டார அளவிலான அரசுகளுக்குப் பிராமணர்களைப் பராமரிக்க வேண்டிய அவசியம் ஏன் வந்தது? இதில் தமிழ் அரசுகளின், அதிகாரக் குழுக்களின் நோக்கம் என்ன? என்கிற கேள்விகளே எழுப்பப்பட்டதில்லை. உண்மையில் இவ்விசயத்தில் பிராமணருக்கு இணையாகவோ அல்லது அங்கமாகவோ தமிழ் மற்றும் தெலுங்கு சாதி அரசுகளுக்கும் பங்குண்டு.

அரசின் அதிகாரத்தை மக்கள் ஏற்பதற்கும், எதிர்க்காமல் இருப்பதற்கும் அரசுகளுக்குக் கருத்தியல் தேவைப்பட்டது. அரசதிகாரத்தைப் புனிதமாக்குவதற்குப் பிராமணர்களின் ஆன்மீக அதிகார உதவி தேவைப்பட்டிருக்க வேண்டும். அரசமைப்புக்குட்படாத, அடங்காத குழுக்களை அடக்குவதிலும், சாதியமைப்பு இறுக்கமடைந்த பின்னால் அவற்றை அதிகார நலனுக்குட்பட்டதாக மாற்றிக் கொள்வதிலும் இராணுவ அமைப்பே எப்போதும் உதவியாய் இருந்ததில்லை. அத்தகைய இராணுவ அமைப்பைப் போரில்லாத காலத்திலும் காத்துவரக் கூடிய பலம் பெற்றவையாய் அரசுகள் இருந்ததில்லை. இவ்விடத்தில் பிராமணர்களுக்குக் கட்டமைக்கப்பட்ட புனித அதிகாரம் அரசுகளை நியாயப்படுத்த உதவியிருக்கிறது. பல்லவர் காலம் தொடங்கி நாயக்கர் காலம் வரையிலான மன்னர்களாலும் பிந்தைய ஜமின்தார்கள் மற்றும் பண்ணையார்கள் வரையிலும் நிலங்கள் உள்ளிட்ட தானங்கள் பிராமணர்களுக்கு அளிக்கப்பட்டன. பிராமணர்கள் வழங்குகிறவர்களாக எப்போதும் இருந்ததில்லை. இவ்வாறு வரலாறு முழுக்க அவர்கள் வலுப்பெற்றிருந்ததே உள்ளூர் பிராமணரல்லாத அரசுகளாலும் குடிகளாலும்தான். பிராமணரல்லாதவர்களின்

உள்ளூர் அதிகாரம் மற்றும் சாதி அதிகாரத்தைத் தக்க வைப்பதற்கான கருத்தியல் வடிவத்தைத் தந்தவர்கள் என்பதால்தான் இத்தகைய சலுகைகள். இவ்விரு தரப்பாருக்கும் இடையே இவ்வித உறவே நிலவின. எனவே, பிராமணர் எதிர்ப்பு குறித்துப் பேசும்போது வரலாற்று ரீதியாக மதத்திற்கும் சாதிக்குமான கூட்டுறவைப் பிராமணருக்கும் பிராமணர் அல்லாதாருக்குமான கூட்டாகவும் இருந்ததைக் கணக்கில் கொண்டுதான் விமர்சிக்க வேண்டும். ஆனால், இன்றைக்குப் பிராமணரை மட்டுமே மொத்த பிரச்சினைக்குமான பொறுப்பாக்கி விமர்சிப்பது பிராமணரல்லாதாரின் நலன்களைக் காத்துக் கொள்ளும் உத்தியே.

பிராமணர்களுக்கும் பிராமணரல்லாத அதிகாரச் சாதிகளுக்குமான வரலாற்று ரீதியான இந்த உறவு நவீனக் காலத்தின் தொடக்கத்தில் வேறு வடிவம் பெற்று இன்றுவரை தொடர்கிறது. இன்றைக்கும் இந்து மத அமைப்புகளின் நிர்வாகிகளாகவும் இருப்பது பெரும்பான்மையும் இடைநிலைச் சாதிகளேயாவர். ஏனென்றால், இங்கு சாதியுணர்வும் அதற்கான மத ஆதரவும் ஒன்றாகி இருக்கிறது. இந்திய அளவில் செயல்படும் இன்றைய இந்து மதத்திற்கு வட்டார அளவில் செயல்பட்டுவரும் சாதிய அமைப்புகளே இராணுவப் பாதுகாப்பு. இதற்குப் பதிலாகச் சாதியமைப்பை மதத்தின் புனித நூல்கள் நியாயப்படுத்துகின்றன. இவ்வாறுதான் மதத்திற்கும் சாதிக்குமான கொள்வினை, கொடுப்பினை நிலவுகிறது. இரண்டையும் வேறுவேறாகப் பிரித்தறிய முடிவதில்லை. தமிழ்ச் சூழலில் பிராமணர் எதிர்ப்புக்காகத் தங்களை இந்துக்கள் இல்லை என்று சொல்லிக் கொள்கிறவர்கள்கூடச் சாதியின் பண்பாட்டு நடைமுறைகளிலிருந்து விலகுவதோ, தங்களை இன்ன சாதி இல்லை என்றோ சொல்லிக் கொள்வதில்லை. மேலும், இங்கு ஒருவர் கடவுள் மறுப்பு பேசிக் கொண்டே இந்துவாகவும் இருக்க முடியும். சாதி அந்த அளவிற்கு வலுப் பெற்றிருக்கிறது.

பிராமணர்கள் இன்றைய அளவில் கைக்கொண்டிருக்கும் அதிகாரத்திற்கு வந்தடைந்தது காலனியக் காலத்தில்தான். காலனியக் காலத்தில் நவீன அதிகாரம் உருவாகியபோது அதனை உடனடியாகக் கண்டு கொண்டு உள்நுழைந்தவர்கள் பிராமணர்களே. ஆனால், பிராமணர்களுக்குக் கொடையளிக்கும் நிலையிலிருந்த உள்ளூர் உடைமை சாதிகள் இந்தப் புதிய அதிகார வருகையைத் தங்கள் அதிகாரத்திற்கும் கீழாகப் பார்த்தனர். ஆனால், உருவாகிவந்த புதிய அதிகாரம் தவிர்க்க முடியாதது என்பதை அவர்கள்

உணர்ந்து கொண்டபோது, அதிகார நிலைகளில் பிராமணர்கள் நிறைந்திருந்தனர். இதை எதிர்த்துத்தான் 20ஆம் நூற்றாண்டின் ஆரம்பத்தில் பிராமணரல்லாத உடைமைச் சாதிகளால் பிராமணரல்லாதவர் அமைப்பு தொடங்கப்பட்டது. பிற்காலச் சோழர் காலம் முதலே பிராமணர்களுக்கும் வேளாளர்களுக்குமான அதிகாரத்திற்கான போராட்டம் நடந்து வந்ததன் தொடர்ச்சிதான் இது.

அதேவேளையில் காலனியக் காலத்தில் உருவான சாதிய வரையறை பிராமணர்களின் மேற்பார்வையின் கீழ் நடந்தது. பிராமணர்களின் மனுதர்மம் என்கிற எழுத்து ஆவணம் சொல்லுகிற வர்ண, சாதிய வரையறையை, எழுத்தை ஆதாரமாகக் கொண்ட ஐரோப்பிய அதிகாரவர்க்கம், அதனை ஏற்று அதற்குத் தகுந்தபடி இந்தியச் சமூகத்தைப் புரிந்து கொள்ளவும், பகுத்துக் கொள்ளவும் விரும்பியது. இதற்கு எதிராகவும் அதில் இடம் பெறவும் இந்தியாவின் பல்வேறு வட்டாரங்களிலிருந்தும் பல்வேறு சாதிகளின் முயற்சிகள் நடந்தன. ஆனால், இத்தகைய புனிதப் பிரதிகள் வழியாக இந்து மதம் என்ற ஒன்றை ஐரோப்பியர் உதவியுடன் கட்டமைத்து, மதத்திற்கான தேசமாக உருவாகி வந்த இந்தியாவை இணைப்பதில் பிராமணர்கள் ஆர்வம் காட்டினர். இச்செயற்பாட்டிற்கு இந்தியத் தேசியவாதம் என்கிற நவீனச் சொல்லாடல் கைக் கொடுத்தது. அந்த வகையில் இந்தியாவின் உயர் அதிகாரவர்க்கம் இன்றைக்கும் பிராமணர்களே. ஆனால், பல்வேறு சமூகங்களின் எழுச்சி, கல்வி, இந்தியப் பாராளுமன்ற தேர்தல்முறை, இடஒதுக்கீடு ஆகிய காரணங்களால் இந்தியாவின் பல்வேறு மாநிலங்களிலும் உள்ள வட்டாரச் சாதிகள் பலம் பெற்றுள்ளன. இப்போக்குப் பிராமண சாதியின் இந்தியத் தன்மையை அசைத்திருக்கிறது. பிராமணர்களின் அதிகாரம் குலைந்துவிடவில்லை என்றாலும், அது முன்பு போலில்லை. அவர்களின் அதிகாரம் மேற்கண்ட சூழல்களால் பெருமளவிற்குக் கட்டுப்படுத்தப்பட்டுள்ளது. பிராமணரல்லாதவர்களின் எழுச்சி தவிர்க்க முடியாதது என்பதைப் பிராமணர்கள் அறிந்திருந்தாலும், தங்களின் முந்தைய அதிகாரம் கட்டுப்படுத்தப்பட்டுவிட்டது என்ற தீராத மனக்குறை அவர்களிடம் உண்டு. அவர்களின் இந்தக் கோபம், திறமையின்மை, ஊழல், இடஒதுக்கீடுஎதிர்ப்பு என்கிற பெயர்களில் வெளிப்பட்டு வருவதோடு, ஊடகங்கள் மூலம் கருத்தியல் ரீதியாகவும் பரப்பப்பட்டு வருகிறது. அதேபோல் பலமற்ற சாதி மற்றும் உடல் வன்முறையில் இறங்காத சாதி என்கிற முறையில் பிராமணர்கள் பிராமணரல்லாதவர்களால் பல்வேறு தளங்களில்

கடுமையாகக் கேலியும் கிண்டலும் செய்யப்பட்டு வருகின்றனர். பிராமணர்கள் வாய்ப்பிருக்கும்போது உயர் அதிகார இடத்திற்கும், வாய்ப்பில்லாதபோது பிராமணரல்லாத பெரும்பான்மையினரை அண்டியும் நின்று கொள்கின்றனர். அரசியல் ரீதியாகச் சாதி மறுப்பில் ஆர்வம் கொண்ட பிராமணரல்லாதார் போல பிராமணர்களும் உண்டு. மொத்தத்தில் ஒரு சாதி என்ற வகையில் பிராமணர்கள் ஆதிக்கச் சாதிகளாகவே உள்ளனர்.

பிராமணரல்லாதார் எண்ணிக்கை பெரும்பான்மைச் சாதிகள்:

எண்ணிக்கை பெரும்பான்மைச் சமூகம் என்பது இடைநிலைச் சாதியினரே. இந்த மதரீதியாக அடையாளப்படுத்த வேண்டுமானால், பிராமணர்கள் 'மத இந்துக்கள்' (Religious Hindus) என்றும், இடைநிலை வகுப்பினரைச் 'சாதி இந்துக்கள்' (Caste Hindus) என்றும் அழைக்கலாம். இன்றைய சாதியமைப்பு கொள்கையளவில் இந்துமத எல்லைக்குள்ளிருந்து பிற மதங்களையும் பற்றி நிற்கிறது. சாதி அமைப்பு மதத்திற்கு முந்தையதாக இருப்பதோடு, மதத்தின் ஆசி பெறாமலும் இயங்க வல்லதானது என்கிற காரணத்தினால் இந்த அறிக்கை மேற்குறிப்பிட்ட இந்தச் சொல்லாடல்களில் இருந்து விலகி, சாதி அமைப்பை அடிப்படையாகக் கொண்டு சாதி இந்துக்கள் எனப்படும் இடைநிலைச் சா்தியினரின் அதிகார நிலைமையை அணுகுகிறது.

மறவர், அகமுடையார், கள்ளர், கொங்கு வேளாளக் கவுண்டர், வன்னியர், நாடார், யாதவர் உள்ளிட்டோர் எண்ணிக்கை பெரும்பான்மைச் சாதியினர் ஆவர். இவர்களில் பெரும்பான்மையோர் உடைமைச் சாதியினரின் ஏவலர்களாகவும், படையினராகவும் இருந்து அவர்களின் ஆதிக்கத்தைப் பாதுகாத்தவர்களாக இருந்தனர். நவீன அரசியலில் அதிகாரத்தினாலும், தேர்தல் முறையினாலும் திராவிட இயக்க அரசியல் ஆதாரத்தினாலும் ஆதிக்கம் பெற்ற சாதியினராகத் தற்காலத்தில் மாறி இருக்கின்றனர். அரசு மற்றும் உடைமைச் சாதியினரின் ஏவலர்களாக இருந்து வந்ததன் தொடர்ச்சி காரணமாக வன்முறைக்குப் (muscle power) பழக்கப்பட்டிருந்ததினால், சமகால அரசியல் அதிகாரத்தையும் அதைப் பாதுகாப்பதற்கான வன்முறைகளையும் இயல்பாகக் கைக்கொண்டவர்களாக உள்ளனர். இன்றைக்கு ஆதிக்கச் சாதிகளாக மாறியிருப்பதில் இவர்களின் வன்முறைக்கும் முக்கியப் பங்கு இருக்கிறது. கூட்டமாகச் சேர்ந்து

தாக்குதல், மிரட்டுதல், பறித்தல், கொலை போன்றவற்றை இவ்வாறு கூறலாம். இதுவொரு வகையில் குழுவாகத் தன்னை உணரும் சாதியின் தன்மையாகும். குழுவாகத் தன்னை உணருவதுதான் சாதியின் தொடக்க நிலையாகும். அரசியல் திரட்சி, வட்டித் தொழில், உள்ளூர் அதிகாரத்தில் பங்கெடுத்தல் போன்றவற்றில் இப்போக்கே அதிக செல்வாக்குக்கொண்டிருக்கிறது. இந்நிலையில் சாதி அதிகாரம் மீறப்படும்போது ஆதிக்கச் சாதி உடல் ரீதியான வன்முறையில் ஈடுபடுகிறது.

கடந்த காலத்தில் ஓரளவிலான சமூக அதிகாரம், சமகாலத்தின் அரசியல் அதிகாரம் ஆகியவற்றின் வழியாகத் தற்காலத்தில் இவர்களே தலித்துகளை நேரடியாக ஒடுக்கி வருகின்றனர். காலனியத்திற்குப் பின்பான திராவிட அரசியலின் எழுச்சிக்குப் பின்பு பிற்படுத்தப்பட்டோர் என்ற அரசியல் அடையாளத்தின் மூலம் இட ஒதுக்கீட்டையும், சமூக மூலதனத்தையும் தனதாக்கிக் கொண்ட இப்பிரிவினர், இந்தக் குறைந்த கால இடைவெளியில் பெரும் அதிகாரச் சக்திகளாக மாற்றம் பெற்றுள்ளனர். இத்தகைய அதிகார மாற்றம் சாதி அமைப்பைக் குலைப்பதற்குப் பதில் அதை வலுவாக்கி இருக்கிறது. சாதிய வலிமையைத் தக்க வைப்பதே அதிகாரத்தைத் தக்க வைக்கப் பயன்படும் என்பதை இச்சாதிகள் தீவிரமாக உணர்ந்துள்ளன. இந்த வாய்ப்பு அதற்கு முன்பிருந்தே பட்டியல் இனத்தவர் என்கிற அடையாளத்தின் மூலம் வகைப்படுத்தப்பட்ட தீண்டப்படாத சாதிகளுக்குக் கிடைக்கவில்லை. மாறாக, அது மறுக்கப்பட்டு வந்தது. இந்த முரண்பாட்டை இடஒதுக்கீட்டில் நடந்த ஏற்றத்தாழ்வுகள், திராவிட அரசியல் வழி நடந்த அதிகார மாற்றங்கள் ஆகியவற்றின் வழியே புரிந்து கொள்ள வேண்டும். இத்தகைய போக்குகள் தென்னிந்திய அளவிலும் இந்திய அளவிலும் நிகழ்ந்துள்ளன என்பதை அண்மைக்கால ஆய்வுகள் காட்டுகின்றன. இப்பின்னணியில்தான் ஏறக்குறைய 50 ஆண்டுகளுக்குப் பிந்தைய இன்றைய நிலையில் பிற்படுத்தப்பட்டோர் என்ற வகையினத்தையும் அது பெற்றிருக்கின்ற அரசியல் மாற்றங்களையும் பரிசீலனைக்கு உட்படுத்த வேண்டும்.

எண்ணிக்கை பெரும்பான்மைச் சாதியினர்தான் இன்றைய அரசியல் - சமூக - பொருளாதாரத் தளங்களில் ஊடுருவி, அனைத்து வகை அதிகாரங்களையும் கைப்பற்றிக்கொண்டுள்ளனர். உதாரணமாக, தேர்தல் மூலம் தேர்ந்தெடுக்கப்படும் பிரதிநிதிகளை எடுத்துக்கொண்டால், தொடக்க காலத் தேர்தல்களில் பிராமணர்,

வேளாளர், செட்டியார், முதலியார் உள்ளிட்ட உடைமைச் சாதியினர் அதிகமாகவும், இடைநிலைச் சாதியினர் குறைந்த அளவிலும் பங்கு பெற்றதைப் பார்க்க முடியும். ஆனால், படிப்படியாக உடைமைச் சாதியினரின் அரசியல் பிரதிநித்துவம் குறைந்து, எண்ணிக்கை பெரும்பான்மைச் சாதியினரின் பிரதிநித்துவம் மட்டுமே செல்வாக்குப் பெற்றிருப்பதைப் பார்க்கிறோம். இதில் பிராமணர்கள் ஓரங்கட்டப்பட்டிருக்கின்றனர்; உடைமைச் சாதியினர் கட்டுப்படுத்தப்பட்டுள்ளனர்; பெரும்பான்மைச் சாதியினர் மட்டுமே இன்று கோலோச்சிவருகின்றனர். இச்செயல்பாடுகள் அரசியல் தளத்தில் மட்டுமல்லாது, சமூகப் பொருளாதார ஏகபோகத்திலும் தீவிரமாகப் பிரதிபலித்துவருகிறது. சிறு ஏலம் முதல் பெரும் டெண்டர் வரை அரசியலில் செல்வாக்குச் செலுத்திவரும் பெரும்பான்மைச் சாதியினரே கைப்பற்றிக்கொள்கின்றனர். அரசு சார்ந்த வளர்ச்சித் திட்டங்களும் நிதி ஆதாரங்களும் இவர்களின் சமூக மூலதனத்தைப் பெருக்கியிருப்பதோடு, அதன் இலாபத்தை அரசியலுக்கும் நீட்டித்து, அதிகாரத்தை மேலும் தக்கவைத்துக் கொள்ளப் பயன்படுத்துகின்றனர். இந்த நிலைக்குச் சவாலாக விளங்கும் அடித்தட்டு மக்களின் சமத்துவக் குரலை அடித்து, நசுக்கக் கூடிய நிலையை இச்சாதியினரே கைக்கொண்டுள்ளனர். இதில் பிராமணரல்லாத சாதிகள் என்கிற வகைமையும், அதில் அடங்கியுள்ள சாதிகளுக்கிடையிலான நலன்களும் ஒன்றுக்கொன்று முரணானவையாக இருந்தபோதிலும், அவை மறைக்கப்பட்டு, தலித்துகளை ஒடுக்குவதில் ஒரே கண்ணோட்டம் கொண்டவர்கள் என்ற முறையில் தலித்துகளை எதிரியாகக் காட்டி ஒருங்கிணைய முடிகிறது. தங்களுக்கிடையே முரண்பாடுகள் இருந்தாலும் தங்களுக்குக் கீழாகக் கருதப்படும் சாதியினர் என்றும் மீட்சி பெறக் கூடாது என்பதில் ஒத்தக் கருத்து கொண்டவர்களாக இருக்கிறார்கள். இது சாதி முறை உருவாக்கியிருக்கும் உளவியல் ஆகும்.

பிராமணரல்லாத எண்ணிக்கை சிறுபான்மைச் சாதிகள்:

இதில் இரண்டு வகை உண்டு.

1. வேளாளர், ரெட்டியார், நாயக்கர், முதலியார், செட்டியார், உடையார் உள்ளிட்ட உடமைச் சாதியினர் முதல்வகையினர். இவர்கள் எண்ணிக்கையில் குறைவாக இருந்தபோதும், மன்னராட்சி நெருக்கம், சொத்துடைமை, சமூக அதிகாரம்

ஆகிய காரணங்களினால் அதிகாரம் பெற்ற பிரிவினராக இருந்துவருகின்றனர்.

2. அதிகாரமற்ற சூத்திர சாதிகள், கம்மாளர், வேளார், கொசவச் செட்டி, வாணியச் செட்டி, மருத்துவர், ஒட்டர், பண்டாரம் போன்றவர்கள் இரண்டாம் வகையில் அடங்குவர். இவர்கள் எண்ணிக்கையில் குறைவாக இருந்தபோதிலும் தீண்டத்தக்க சாதிக்குழுக்களாகும். ஆனால், சமூக அளவில் அதிகாரமற்றவர்கள். சில இடங்களில் செல்வாக்காகவும், சில இடங்களில் வறிய நிலையிலும் உள்ள இவர்களில் பலர் உடைமைச் சாதியினருக்கும் சூத்திரச் சாதியினருக்கும் சேவை வகுப்பினராகச் செயல்படுகின்றனர். 'பிற்படுத்தப்பட்டோர்' பட்டியலுக்குட்பட்டு எத்தகைய அதிகாரங்களையும் இக்குழுக்கள் பெறவில்லை. அதிகாரத்திற்கான எண்ணிக்கை விளையாட்டில் மோசமாகக் காயம்பட்டவர்கள் இவர்கள். அதைப்போன்று அரசு மூலதனம் என்பதை நுகராத குழுக்களும் இவர்களே. ஒட்டுமொத்தத்தில் பிற்படுத்தப்பட்டோர் என்னும் ஒதுக்கீட்டினால் பயன்பெறாத (அரசியல், கல்வி, அதிகாரம், பொதுவளம்) குழுக்களாக இவர்களை அடையாளப்படுத்தலாம்.

இவை தவிர வேறு சில குழுக்களும் இன்றைய சாதியமைப்பில் கணக்கில் கொள்ள வேண்டியவர்களாக உள்ளனர். பொதுச் சமூகத்தில் கலக்காமல் தனித்து வாழும் பழங்குடிகள், சிறுசிறு இனக் குழுக்கள் போன்றவற்றைக் கூறலாம். இன்றைய அதிகாரத்தில் சிறிதளவுகூட இடம் பெறாதக் குழுக்களாக இருப்பினும், சிவில் சமூகத்தோடு இணைந்து வாழத் தொடங்கும் தறுவாயில் ஏற்கெனவே அங்கிருக்கும் சாதிமயப்பட்ட சமூகம் தலித்துகள் மீது பிரயோகிக்கும் தீண்டாமையை உள்வாங்கிக் கொள்வதன் மூலம் அதைப் பின்பற்றக் கூடியவர்களாக மாறிவிடுகின்றனர். இது இந்தச் சமூகத்தின் முக்கிய முரண்பாடாகச் சாதிதான் இருக்கிறது என்பதை மேலும் உறுதிப்படுத்துகிறது. இந்நான்கு வகைக்குட்பட்டு மட்டுமே சாதிகள் இயங்குகின்றன என்ற இறுக்கமான விதிகள் ஏதுமில்லை. இதற்குள்ளே சிறு சிறு மாற்றங்களும் இருக்க முடியும் என்பதை ஏற்கிறோம். இந்த நான்கு வகைமைகூட எதிர்காலத்தில் மாற்றத்திற்கு உள்ளாகக் கூடும்.

மேலே சொல்லப்பட்டவர்களில் எண்ணிக்கை பெரும்பான்மைச் சாதிகளைத் தவிர்த்து, மற்றவர்கள் இன்றைய ஜனநாயகமுறையினாலும், திராவிட அரசியல் கருத்தினாலும், எண்ணிக்கை பெரும்பான்மை

நீலம் ◆ 103

வாதத்தினாலும் அதிகாரத்திலிருந்து விலக்கப்பட்டவர்களாக உள்ளனர். சாதிப் பெரும்பான்மைவாதம்தான் இதற்கு அடிப்படை காரணம். அதற்கு எதிரான கோபம் வேளாளர் உள்ளிட்ட எண்ணிக்கை சிறுபான்மை உடைமைச் சாதிகளிடம் இருந்தாலும், தலித்துகளோடு தங்களை இணைத்துக்கொள்ள அவர்கள் விரும்பவில்லை. ஏனெனில், தங்களின் அதிகாரம் பெரும்பான்மை இடைநிலைச் சாதிகளால் பறிபோய்விட்டதால் இத்தகைய கோபம் கொண்டிருக்கிறார்களேயொழிய, சாதி மறுப்புக் கண்ணோட்டத்தில் கோபம் கொண்டிருக்கவில்லை. தலித்துகள் மீது தீண்டாமையைப் பிரயோகிப்பதிலும் குறிப்பான சூழலில் தாக்குதலில் ஈடுபடுகிறவர்களாகவும் செயல்படுகின்றனர். பல தருணங்களில் பெரும்பான்மைச் சாதிகளோடு இணைந்து தலித்துகள் மீது தாக்குதல் தொடுப்பவர்களாகவும், தலித்துகளுக்கு எதிராகப் பெரும்பான்மை ஆதிக்கச் சாதிகளோடு அணி சேர்பவர்களாகவும் இருக்கின்றனர். ஒருவகையில் இத்தகைய கூட்டு, பெரும்பான்மை மயப்பட்ட சாதியவாதத்தின் வெற்றியாகவும் தலித் எதிர்ப்பு மனோபாவமாகவும் இருக்கிறது.

BC மற்றும் MBC என்கிற பட்டியலில் பல்வேறு சாதிகள் அடங்கி இருந்தபோதிலும் அப்பட்டியலில் உள்ள பெரும்பான்மை எண்ணிக்கை சாதிகளே அனைத்து நலன்களையும் கைப்பற்றிக் கொள்கின்றன. இன்றைய BC, MBC, SC என்ற சொற்கள் எல்லாம் சட்டத்தின் சொற்கள்தான். மேற்குறித்த ஒவ்வொரு பட்டியலிலும் பல்வேறு சாதிகள் அடங்கியுள்ளன. அச்சாதிகள் யாவும் ஒரே படித்தானவை அல்ல. சமூகத்தைப் பொறுத்தவரை தனித்தனிச் சாதிகள்தான். ஆனால், ஒரு சாதியைக் குறிப்பிட்ட பட்டியலில் சேர்த்த பின்னால் அங்கு கிடைக்கவிருக்கும் நலன்களுக்கேற்ப தம் சாதியின் இருப்பைத் தக்க வைக்கவோ மறுக்கவோ செய்கின்றன. அதைப் போலவே, தங்களைப் பற்றிய பிம்பத்தையும் சமூக உளவியலில் மாற்றி அமைக்க விரும்புகின்றன. மேலும், அவை அரசியல் நலனுக்காக ஒரே படித்தானவை போல் காட்டிக்கொள்ள முற்படுகின்றன. எண்ணிக்கைக்காக ஒன்றாகும் இம்முறையில் பல சாதிகள் சேர்ந்து ஒற்றையான சாதி உருவாக்கம் கொள்கிறது. மேற்கூறிய கருத்தமைவை SC பட்டியலுக்கும் பொருத்திப் பார்ப்பதற்கான முகாந்திரங்கள் தோன்றக் கூடும். ஆனால், SC பயனாளிகளுக்கும் BC மற்றும் MBC பயனாளிகளுக்கும் இடையே மிகப் பெரிய வேறுபாடு உண்டு. எனவே, குறிப்பான நடைமுறைகளையும் பலன்களையும் கணக்கில் கொள்ளாமல், SC மற்றும் BC, MBC பட்டியல்களைப்

பொத்தாம் பொதுவானது போன்று கருதிப் பேசுவது தவறான அணுகுமுறையாக மாறிவிடும்.

சாதியமைப்பில் இன்றுவரையிலும் நடந்துவந்திருக்கும் மாற்றங்கள்:

கடந்த 100 ஆண்டு காலத்தில் சாதியமைப்பில் நடந்த மாற்றங்கள் பாரதூரமானவை. பல்வேறு குழுக்கள் ஒன்றிணைக்கப்பட்டுச் சாதியாக உருவெடுத்துள்ள நிலைமை உருவாகியிருக்கிறது. அதற்கு முன்புவரை அக்குழுக்களுக்குள் கொள்வினை – கொடுப்பினைகூட நடந்ததில்லை. இன்றைக்கும் இந்நிலை சில இடங்களில் சாதிகளில் நடக்கின்றன. உதாரணமாக, மறவர், வன்னியர், நாடார் போன்ற சாதிகள் இவ்வாறு உருப்பெற்றன. சாதியமைப்பில் நடந்துவந்திருக்கும் மாற்றங்களில் இது முதல் நிலை.

அடுத்ததாக, சில சாதிகள் சேர்ந்து பெரும் சாதி அடையாளத்திற்கு மாறியிருக்கின்றன. இதுவே பெரும்பான்மை அணித்திரட்சியாகும். ஆரம்பத்தில் தீண்டப்படும் சாதிகளாகவே இருந்த இந்நடைமுறையோடு அரசாங்கத்தின் பட்டியலாக்க முயற்சியும் இதில் பங்கு வகித்தது. உதாரணமாக, மறவர், அகமுடையார், கள்ளர் ஆகிய மூன்று சாதிகள் சேர்ந்து முக்குலத்தோர் அல்லது தேவர் எனும் அடையாளமாகப் பரிணமிக்க முயற்சிக்கின்றன. இது இரண்டாவது நிலை.

இன்றைய சாதியமைப்பின் இவ்விரண்டு நிலைகளும் இடஒதுக்கீடு உள்ளிட்ட அரசியல் நலன்களை அடிப்படையாகக் கொண்டு உருவானவை. ஆனால், இக்கற்பிதங்களை இயற்கையான போக்கென்று காட்டும் பேச்சும் வரலாறும் இன்றைக்கு எழுகின்றன. உதாரணமாக, பிற்படுத்தப்பட்ட வகுப்பிற்கெனச் சட்டநாதன் கமிஷன் அமைக்கப்பட்டபோது தமிழ்ப் பேசும் லெப்பை முஸ்லிம்களையும் வேளாளக் கவுண்டர்களையும் சேர்க்க வேண்டுமென்று முடிவு செய்யப்பட்டதால், அதுவரையிலும் சிறுசிறு குழுக்களெனச் சிறுபான்மையாக இருந்தவர்கள் ஒரே அணியாகத் திரண்டு ஒதுக்கீட்டு நலன்களைப் பெற வேளாளக் கவுண்டர் என்பதோடு கொங்கு என்பதைச் சேர்த்து கொங்கு வேளாளக் கவுண்டர் என அடையாளப்படுத்தி எண்ணிக்கையை அதிகமாக்கித் திரண்டனர். காலப்போக்கில் இக்கூட்டமைப்பு வளர்ந்து இதுவே உண்மையானது போலாயிற்று. வேளாளக் கவுண்டர் என்ற பெயரோடு கொங்கு என்கிற வட்டாரப் பெயர் சேர்க்கப்பட்ட பிறகு, பிற சாதியினர்கொங்கு என்பதிலிருந்து இயல்பாகவே வெளித்தள்ளப்படுகின்றனர். அங்கு

கொங்கு அருந்ததியர் என்றோ, கொங்குப்பறையர் என்றோ யாரும் சுட்டுவதில்லை.

சாதியமைப்பின் தற்கால இயங்கு போக்கில் இவ்வாறான பல மாற்றங்களைக் கூற முடியும். இதேபோல ஒரே சாதியினர் போலக் கருதப்பட்டாலும், பொருளாதார மேம்பாடு, தொழில் காரணமாக வெவ்வேறு சாதிபோலக் கருதப்படுவதுண்டு. மேலும், ஒரு சாதி மற்றொரு சாதியாக மாறிவிடுவதுண்டு. இவை கண்ணுக்குப் புலனாகாத சாதிகளிடம் நிகழ்வதுண்டு.

SC, ST பட்டியலுக்குட்பட்ட சாதியினரின் ஒதுக்கீட்டு உரிமையைப் பறிக்கும் வகையில் மொழி மற்றும் அடையாள ரீதியாக ஒருமைப் போக்கைக் கையாள்வதிலும் சில மாற்றங்கள் நிகழ்கின்றன. கொண்டாரெட்டி பெயரில் ரெட்டிகளும், காட்டு நாயக்கர் பெயரில் நாயக்கர்களும், குருமன்ஸ் (ST) பெயரில் குருமர்களும் சான்றிதழ்ப் பெற்றுப் பலனடைந்துள்ளனர். இதற்குத் தற்போதைய உதாரணம் ஒன்றைச் சொல்லலாம். 2011 மக்கள் தொகை கணக்கெடுப்பு வெளியிடப்பட்டுள்ளது. சேலம், கரூர், நீலகிரி, ஈரோடு முதலான பகுதிகளில் பழங்குடி மக்களின் எண்ணிக்கை, சென்ற மக்கள் தொகைக் கணக்கெடுப்பைக் காட்டிலும் அதிகரித்துள்ளதாகத் தெரிவிக்கப்பட்டுள்ளது. இதற்கான காரணத்தை ஆராயும்போது, மேற்சொன்ன பகுதியில் வாழ்கின்ற காட்டு நாயக்கர் சமூகம் அதுவரை பிற்படுத்தப்பட்டோர் பட்டியலில் வைக்கப்பட்டிருந்தனர். தற்போது தங்களைப் பழங்குடி பட்டியலுக்குள் பதிவுசெய்து கொண்டனர். இராஜஸ்தானில் குஜ்ஜர் சாதியினர் பிற்படுத்தப்பட்டோர் பட்டியலில் உள்ளவர்கள். அவர்கள் தங்களைப் பழங்குடிப் பட்டியலுக்குள் இணைக்க வேண்டும் எனச் சமீபத்தில் போராட்டங்களை நடத்தினர். ஆனால், தமிழ்நாட்டில் எத்தகைய போராட்டமுமின்றி மிகச் சுலபமாகப் பழங்குடிப் பட்டியலுக்குள் காட்டு நாயக்கர்கள் வந்துவிடுகின்றனர். இதற்கு மாறாக, கன்னியாகுமரி மாவட்டத்தில் உள்ள பட்டியல் இனத்தவர் எண்ணிக்கை சற்றுக் குறைந்துள்ளதாக அதே கணக்கெடுப்புச் சுட்டிக்காட்டுகிறது. இதன் காரணத்தை ஆராயும்போது, கன்னியாகுமரி மாவட்டத்தில் உள்ள பட்டியல் இனத்தவர் கிறித்தவத்திற்குள் சென்றதால், BC பட்டியலுக்குள் அடங்கிவிட்டனர்.

மேற்கூறிய அனைத்தையும் தொகுத்துப் பார்க்கும்போது, இட ஒதுக்கீட்டினாலும், பட்டியல் மாற்றத்தினாலும் அதிகப்

பலனைப் பெற்றிருப்பது எண்ணிக்கை பெரும்பான்மைச் சாதிகளே என்பது விளங்கும். அவர்கள் அரசிடம் பெற்றிருக்கும் இடஒதுக்கீட்டு உரிமைகளை ஆரம்பம் முதலே தலித்துகளைக் காட்டிப் பெற்றவையாகவே இருக்கின்றன. மொத்தத்தில் இன்றைய பெரும்பான்மைச் சாதிகள் காலனியக் காலம் தொடங்கி இன்றைய அதிகார நிலைவரையிலும் கல்வி, வேலைவாய்ப்பு, அரசியல் அதிகாரம் ஆகியவற்றைத் தங்களுடையவையாக மாற்றிப் பலமடைந்துள்ளன.

அனைத்துச் சாதிகளுக்கும் பங்கீட்டு வாய்ப்புத் தரப்படுவதைக் கண்மூடி மறுப்பது இந்த அறிக்கையின் நோக்கமல்ல. ஏற்கெனவே சமனற்றுக் கிடந்த சமூகத்தில் நடைமுறைப்படுத்தப்பட்ட நவீன அதிகார வாய்ப்புகள் சாதி அமைப்பை என்னவாக்கி இருக்கின்றன என்கிற ஆய்வு தேவை. கூட்டு அதிகாரத்தை உருவாக்குவதில் பங்காற்ற வேண்டிய அரசியல் ஜனநாயகம் சிவில் சமூகத்திற்குள் ஏற்படுத்தியிருக்கும் விளைவுகள் ஆராயப்பட வேண்டியவையாகும். கண்ணுக்குப் புலனாகும் தீண்டாமை வடிவங்கள் மாறியிருக்கின்றன. சடங்கார்ந்த அர்த்தத்திலிருந்து மாறுபட்டுச் சமகால அதிகார நோக்கம் சார்ந்ததாகச் சாதி இறுக்கம் பெற்றிருக்கிறது. மொழிவழி தேசியவாதிகள் இங்கு தேசமே உருவாகவில்லை என்று கூறுவதுண்டு. ஆனால், இங்கு சமூகமே உருவாகவில்லை என்பதே உண்மை. எனினும், பிரச்சினை அத்துணை சுலபமல்ல.

அனைத்து வகை முரண்பாட்டிற்கான தீர்வு சாதி ஒழிப்பில் இருக்கிறது. சாதி ஒழிப்பு என்றதும் சாதியைத் தனி ஒரு வஸ்துவாகத் தனிமைப்படுத்தி, அரசியல் நிலைப்பட்டதாக மட்டுமே சுருக்குவது நோக்கமல்ல. சாதியை விரிந்த பொருளாகக் கணக்கெடுக்க வேண்டும். ஏனெனில், சாதி ஒழிப்பில்தான் அனைத்தும் அடங்கியுள்ளது.

தொகுப்புரை

1. இந்த அறிக்கை தமிழ்ப் பகுதியைப் பிரதானமாகக் கொண்டுள்ளது. தமிழ்ப் பகுதி சாதிகளின் துவக்க நிலை, அவற்றின் வளர்நிலை ஆகியவற்றைத் தொட்டுக் காண்பிக்க முயல்கிறது.

2. சாதியை வரலாற்று ரீதியாகத் தொட்டுக் காட்ட முயற்சிப்பதன் மூலம் சாதி என்பதை இறுக்கமாக, ஒற்றை அமைப்பாகப் பார்ப்பதிலிருந்து விலகி, அது காலத்திற்கேற்ப, இடத்திற்கேற்ப, சாதிகளுக்கேற்ப இறுக்கமடைந்தும் நெகிழ்ந்தும் வினையாற்றிவருவதைக் கணக்கில் கொள்கிறது.

3. இன்றைய சாதி அமைப்பை ஏதாவது ஒரு சாதிக்குரிய செயல்பாடாக மட்டுமே பார்க்காமல், பல்வேறு சாதிகளும் சாதி அமைப்பினால் பெற்றுவரும் நலன்களையும் இழப்புகளையும் கணக்கிடுவதின் வழியாகவே சாதியமைப்பின் தொடர் இயங்கு நிலையைக் கண்டறிய முடியும் என்பதை இந்த அறிக்கை வெளிப்படுத்துகிறது. அந்தவகையில் இன்றைய சாதியமைப்பின் பெயரைப் பிராமணியம் என்று சொல்வதைவிடச் சாதியம் என்று சொல்வதே பொருத்தமானது.

4. இன்றைய சமூக, அரசியல் நிலையில் செல்வாக்குப் பெற்றிருக்கும் எண்ணிக்கை பெரும்பான்மைவாத அரசியல் ஆதிக்கத்தை உரிய முறையில் கவனத்தில் எடுத்து அறிக்கை விவாதிக்கிறது. எண்ணிக்கை பெரும்பான்மைவாதம் எவ்வாறு இன்றைய சமூக மற்றும் அரசியல் தளங்களில்

பங்காற்றுகிறது என்பதையும் விவாதிக்கிறது. அவற்றைப் புதிய சாதியவாதம் என அறிக்கை அறுதியிடுகிறது.

5. சாதி இந்திய அளவினதாக இருக்கும் அதேவேளையில், வட்டார அளவிலான தனித்தன்மையுடனும் இயங்கிவருகிறது. இன்றைக்கு உருவாகியிருக்கும் நவசாதியவாதம், வட்டாரரீதியான எண்ணிக்கை பெரும்பான்மைச் சாதிகளின் செயல்பாடு சார்ந்ததாக அமைந்திருக்கிறது.

6. காலனியக் காலம் தொடங்கி இங்கு அறிவார்ந்த சமூகக் குழு உருவாக்கப்பட வேண்டும் என்று எதிர்பார்க்கப்பட்டது. அதை ஒட்டியே இடஒதுக்கீட்டுக் கோட்பாடு உருவாக்கப்பட்டது. சுதந்திர இந்தியாவில் மரபான சாதித் தொழில்களை இடையீடு செய்வதற்காக நவீனத் தொழில் நிலைகளும் நவீன விவசாய உற்பத்தி முறைகளும் ஊக்குவிக்கப்பட்டன. இவற்றை மையம் கொண்டே சமூகக் கட்டுமானங்கள் அறிமுகப்படுத்தப்பட்டன. இவை அனைத்தும் எதிர்பார்க்கப்பட்ட நவீனச் சமூகத்தை உருவாக்கியதா, அவை சாதி அமைப்பைத் தாண்டியதாக இருந்ததா என்பதான கேள்விகளை எழுப்ப அறிக்கை முயற்சித்திருக்கிறது.

7. நிலவுடைமை மீதான ஆதிக்கம் போலவே பெருவணிகம் தொடங்கி சிறு, குறுவியாபாரம் வரை தமிழக இடைநிலைச் சாதிகளின் ஏகபோகத்தில் இருக்கின்றன. இந்நிலையில் அரசு, குறிப்பாகப் பிராமணரல்லாதார் அரசு நிலத்தையும் வணிகத்தையும் சனநாயகமாக்குவதற்குப் பதிலாக அவற்றைச் சாதிகளின் ஏகபோகத்திற்குட்பட்டதாக ஆக்கியுள்ளது என்பதை அறிக்கை விவாதித்திருக்கிறது.

8. சாதியைப் பொறுத்தவரையில், சமூக எதார்த்த நிலைக்கும் நவீன அரசு மற்றும் சட்டங்களால் ஒழுங்கமைக்கப்பட்ட இன்றைய பட்டியலாக்க முயற்சிக்கும் இடையே வேறுபாடு உள்ளது. இப்பட்டியலாக்கம் நடைமுறைப்படுத்தப்பட்ட பின்னால் உருவான அரசியல் நலன்களுக்கு இடையேயான சாத்தியம் மற்றும் சாத்தியமின்மை குறித்து இவ்வறிக்கை பேசியுள்ளது.

9. சாதியின் இன்றைய உருநிலையை, i) தீண்டப்படாத சாதிகள், ii) பிராமணர்கள், iii) பிராமணரல்லாத எண்ணிக்கை பெரும்பான்மைச் சாதிகள், iv) பிராமணரல்லாத எண்ணிக்கை சிறுபான்மைச் சாதிகள் என்று நான்கு வகைகளில் வைத்து இந்த அறிக்கை பேசியிருக்கிறது.

10. தீண்டாமையின் வடிவங்கள் மாறியிருக்கின்றன அல்லது தவிர்க்க முடியாத தருணங்களில் கைவிடப்பட்டிருக்கின்றன. ஆனால், சாதி இறுக்கமடைந்துள்ளது. சமகால அதிகாரம் என்பது சாதி சார்ந்ததாக மட்டுமே அமைந்துள்ளதால், சாதி சடங்கார்ந்த முறையிலிருந்து மாறிப் புதிய அதிகாரம் சார்ந்து மீளுருவாக்கம் பெற்றிருக்கிறது என்பதை இந்த அறிக்கை முன்வைக்கிறது.

அறிக்கையாளர் குறிப்புகள்

சி.லட்சுமணன்

புதுடில்லி ஜவஹர்லால் நேரு பல்கலைக்கழகத்தில் 'Personality Cult in Tamil Nadu Politics - Study of the Culture of Dravidian Parties' என்ற தலைப்பில் முனைவர் பட்டத்தை நிறைவுசெய்த இவர், தற்போது சென்னை வளர்ச்சி ஆய்வு நிறுவனத்தில் இணைப் பேராசிரியராகப் பணியாற்றுகிறார்.

ஸ்டாலின் ராஜாங்கம்

அயோத்திதாசர் குறித்து முனைவர் பட்ட ஆய்வு மேற்கொண்ட இவர், தற்போது மதுரை அமெரிக்கன் கல்லூரி தமிழ்த் துறையில் உதவிப் பேராசிரியராகப் பணியாற்றுகிறார்.

ஜெ.பாலசுப்பிரமணியம்

சென்னை வளர்ச்சி ஆய்வு நிறுவனத்தில் 'தலித் அச்சுப் பண்பாடு - ஒரு வரலாற்றுப் பார்வை' என்ற தலைப்பில் முனைவர் பட்ட ஆய்வை நிறைவுசெய்தவர். தற்போது மதுரை காமராசர் பல்கலைக்கழகத்தில் இதழியல் மற்றும் அறிவியல் தகவல் தொடர்பியல் துறையில் உதவிப் பேராசிரியராகப் பணியாற்றுகிறார்.

அ.ஜெகநாதன்

மதுரை காமராசர் பல்கலைக்கழகத்தில் உள்ள குருநானக் ஆய்வுத் துறையில் 'தமிழ் அடையாளங்களின் பொருள்கோளியல்' எனும் தலைப்பில் ஆய்வுப் பணியினை மேற்கொண்டுவருகிறார்.

அன்புசெல்வம்

தலித் இயக்கங்கள் குறித்து ஆய்வு மேற்கொண்டுவரும் ஆய்வாளர். 'தலித் இலக்கியங்களின் தலித் அரசியல்' எனும் தலைப்பில் மதுரை காமராஜர் பல்கலைக்கழகத்தில் முனைவர் பட்ட ஆய்வை நிறைவு செய்துள்ளார்.